ಹೇಳದ ಕಾರಣ

NENAPUGALA AALADALLI

ಶರಣಕುಮಾರ ಸೋಲಾಪುರ

Made with ♥ on the Notion Press Platform
www.notionpress.com

ನನ್ನ ಪ್ರೀತಿಯ ಅಮ್ಮನಿಗೆ...

ನನ್ನ ಬದುಕಿನ ಪ್ರತಿ ಹೆಜ್ಜೆಯಲ್ಲೂ ದಾರಿದೀಪವಾಗಿ,

ನನ್ನ ಕನಸುಗಳಿಗೆ ಜೀವ ತುಂಬಿದ ಮಮತೆಯ ಮಡಿಲು.

ಇತ್ತೀಚೆಗಷ್ಟೇ ನಮ್ಮನ್ನು ಅಗಲಿದರೂ,

ನನ್ನ ಪ್ರತಿ ಉಸಿರಿನಲ್ಲಿ, ನನ್ನ ಪ್ರತಿ ಅಕ್ಷರದಲ್ಲಿ

ಎಂದೆಂದಿಗೂ ಜೀವಂತವಾಗಿರುವ

ನನ್ನ ಪ್ರೀತಿಯ ತಾಯಿಯವರಾದ ದಿ ಶ್ರೀಮತಿ ಹಣಮವ್ವ ಭೀಮರಾಯ
ಸೋಲಾಪುರ ಪಾದಕಮಲಗಳಿಗೆ...

ಈ 'ಹೇಳದ ಕಾರಣ' ಕೃತಿಯನ್ನು ಭಕ್ತಿಪೂರ್ವಕವಾಗಿ ಅರ್ಪಿಸುತ್ತೇನೆ.

ಪರಿವಿಡಿಗಳು

ಮುನ್ನುಡಿ

ಮುನ್ನುಡಿ: ಕಣ್ಣೀರಿನ ಕಪ್ಪು ಶಾಯಿ

ಪ್ರೀತಿ ಎನ್ನುವುದು ಮಳೆಯಂತೆ; ಸುರಿಯುವಾಗ ಮಣ್ಣಿಗೆ ಜೀವ ನೀಡುತ್ತದೆ, ಆದರೆ ಅತಿಯಾದಾಗ ಅದೇ ಮಣ್ಣನ್ನು ಕೊಚ್ಚಿ ಹೋಗುವಂತೆ ಮಾಡುತ್ತದೆ. ಈ ಕಾದಂಬರಿ 'ಹೇಳದ ಕಾರಣ' ಕೇವಲ ಎರಡು ಜೀವಗಳ ನಡುವಿನ ಕಥೆಯಲ್ಲ; ಇದು ನಂಬಿಕೆಯೆಂಬ ಭದ್ರಕೋಟೆ ಹೇಗೆ ಭಾವನಾತ್ಮಕ ವಂಚನೆಯೆಂಬ ಗೆದ್ದಲು ಹುಳುವಿನಿಂದ ಕುಸಿದು ಬೀಳುತ್ತದೆ ಎಂಬುದರ ರಕ್ತಸಿಕ್ತ ದಾಖಲೆ.ಜೀವನದಲ್ಲಿ ನಮಗೆ ಅತಿ ಹೆಚ್ಚು ನೋವು ಕೊಡುವುದು ಶತ್ರುಗಳಲ್ಲ, ಬದಲಾಗಿ ನಾವು ಯಾರನ್ನು "ನನ್ನವರು" ಎಂದು ಕಣ್ಣು ಮುಚ್ಚಿ ನಂಬುತ್ತೇವೆಯೋ ಅವರೇ. ಪ್ರೀತಿ ಗಾಢವಾಗಿದ್ದಾಗ ಜಗತ್ತೇ ಸುಂದರವಾಗಿ ಕಾಣುತ್ತದೆ. ಆದರೆ ಆ ಪ್ರೀತಿಯ ಹಿಂದೊಂದು ಸ್ವಾರ್ಥದ ಮುಖವಾಡವಿದೆ ಎಂದು ತಿಳಿದಾಗ, ಮನುಷ್ಯ ಜೀವಂತವಾಗಿದ್ದೂ ಹೆಣವಾಗುತ್ತಾನೆ.

ಈ ಕಥೆಯಲ್ಲಿ ನೀವು ಕಾಣುವುದು ಬರಿ ಪ್ರೇಮವಲ್ಲ, ಬದಲಾಗಿ:

* ನಂಬಿಕೆ ದ್ರೋಹದ ಆಳ: ಕಣ್ಣೆದುರೇ ಸುಳ್ಳುಗಳನ್ನು ಸತ್ಯವೆಂದು ನಂಬಿಸುವ ಕಲೆ.

* ಭಾವನಾತ್ಮಕ ವಂಚನೆ: ಪ್ರೀತಿಯನ್ನು ಕೇವಲ ಒಂದು ಉಪಕರಣವನ್ನಾಗಿ (Tool) ಬಳಸಿಕೊಂಡು, ಅಗತ್ಯ ತೀರಿದ ಮೇಲೆ ಎಸೆಯುವ ಕ್ರೂರತೆ.

* ಪ್ರೀತಿಯ ಕ್ಷೀಣಿಸುವಿಕೆ: ಗಾಢವಾಗಿದ್ದ ಅನುಬಂಧವು ನಿಧಾನವಾಗಿ ಅಸಡ್ಡೆ, ಮೌನ ಮತ್ತು ವಂಚನೆಯ ಹಾದಿ ಹಿಡಿದು ಹೇಗೆ ಸೊರಗಿ ಹೋಗುತ್ತದೆ ಎಂಬ ಕಟು ವಾಸ್ತವ.ಈ ಪುಟಗಳ ಪಯಣದಲ್ಲಿ ನೀವು ನಾಯಕನ ಅತಿಯಾದ ಪ್ರೀತಿಯನ್ನು ಕಾಣುತ್ತೀರಿ, ಅವಳ ಕಳ್ಳಾಟದ ನಟನೆಯನ್ನು ಸತ್ಯವೆಂದು ಭ್ರಮಿಸುತ್ತೀರಿ. ಕೊನೆಯಲ್ಲಿ ಅವಳು ಮಾಡುವ ಆ 'ಭಾವನಾತ್ಮಕ ಕೊಲೆ' ನಿಮ್ಮ ಕಣ್ಣಲ್ಲಿ ನೀರು ತರಿಸುವುದಷ್ಟೇ ಅಲ್ಲ, "ಪ್ರೀತಿ ಅಂದರೆ ಇಷ್ಟೇನಾ?" ಎಂಬ ಪ್ರಶ್ನೆಯನ್ನು ನಿಮ್ಮ ಎದೆಯಲ್ಲಿ ಉಳಿಸುತ್ತದೆ.

ಓದುಗ ಪ್ರಭುಗಳೇ, ಈ ಕಥೆ ನಿಮ್ಮದೇ ಅನ್ನಿಸಬಹುದು. ಏಕೆಂದರೆ ಇಲ್ಲಿರುವ ನೋವು ಕಾಲ್ಪನಿಕವಲ್ಲ, ಅದು ನಂಬಿ ಕೆಟ್ಟ ಪ್ರತಿಯೊಬ್ಬನ ಎದೆಯ ಬಡಿತ.

ಲೇಖಕರ ನುಡಿ: ನಂಬಿಕೆಯ ಚಿತೆಯ ಮೇಲೆ...

ನಮಸ್ಕಾರ,

'ಹೇಳದ ಕಾರಣ' ಎಂಬ ಈ ಕೃತಿ ಕೇವಲ ನನ್ನ ಕಲ್ಪನೆಯ ಕೂಸಲ್ಲ; ಇದು ನಮ್ಮ ಸುತ್ತಮುತ್ತಲಿನ ಸಮಾಜದಲ್ಲಿ, ಯಾವುದೋ ಒಂದು ಮೂಲೆಯಲ್ಲಿ ದಿನನಿತ್ಯ ನಡೆಯುತ್ತಿರುವ ನಂಬಿಕೆ ದ್ರೋಹದ ಕಟು ಸತ್ಯದ ಪ್ರತಿಬಿಂಬ. ಈ ಕಾದಂಬರಿಯನ್ನು ಬರೆಯುವಾಗ ನನ್ನ ಕಣ್ಣುಗಳು ಹಲವು ಬಾರಿ ತೇವವಾಗಿದ್ದವು, ಏಕೆಂದರೆ ಇಲ್ಲಿರುವ ನೋವು ಕೇವಲ ಪದಗಳದ್ದಲ್ಲ, ಅದು ಮಿಡಿಯುವ ಜೀವವೊಂದರ ಆಕ್ರಂದನ.

ನಾವೆಲ್ಲರೂ ಬದುಕಿನಲ್ಲಿ ಒಮ್ಮೆಯಾದರೂ ಪ್ರೀತಿಸುತ್ತೇವೆ. ಆದರೆ ಆ ಪ್ರೀತಿ ನಮಗೆ ಬದುಕನ್ನು ಕಲಿಸುತ್ತದೋ ಅಥವಾ ಬದುಕನ್ನೇ ಕಸಿದುಕೊಳ್ಳುತ್ತದೋ ಎಂಬುದು ನಾವು ಯಾರನ್ನು ನಂಬುತ್ತೇವೆ ಎಂಬುದರ ಮೇಲೆ ನಿರ್ಧಾರವಾಗುತ್ತದೆ. ಈ ಕಥೆಯ ನಾಯಕನ ಮುಗ್ಧತೆ ಮತ್ತು ಆತನ ಗಾಢವಾದ ಪ್ರೇಮ ಅವನಿಗೇ ಶಾಪವಾಗಿ ಪರಿಣಮಿಸಿದ್ದು ವಿಧಿಯ ಆಟವಲ್ಲ, ಬದಲಾಗಿ ಆತ ನಂಬಿದ 'ಪ್ರೀತಿಯ ಮುಖವಾಡ'ದ ವಂಚನೆ.'ಭಾವನಾತ್ಮಕ ವಂಚನೆ' (Emotional Betrayal) ಎನ್ನುವುದು ದೈಹಿಕ ಗಾಯಕ್ಕಿಂತಲೂ ಭೀಕರವಾದುದು. ಮನುಷ್ಯ ತನ್ನನ್ನು ತಾನು ಕಳೆದುಕೊಂಡಾಗ ಅನುಭವಿಸುವ ಆ ಶೂನ್ಯತೆಯನ್ನು ಈ ಪುಟಗಳಲ್ಲಿ ಕಟ್ಟಿಕೊಡಲು ಪ್ರಯತ್ನಿಸಿದ್ದೇನೆ. ಪ್ರೀತಿಯ ಹೆಸರಿನಲ್ಲಿ ಇನ್ನೊಬ್ಬರ ಭಾವನೆಗಳನ್ನು ಕೇವಲ ತಮ್ಮ ಅನುಕೂಲಕ್ಕಾಗಿ ಬಳಸಿಕೊಳ್ಳುವ 'ಅವಳಂತಹ' ಪಾತ್ರಗಳು ನಮಗೆ ಎಚ್ಚರಿಕೆಯ ಗಂಟೆಯಾಗಬೇಕು.

ಈ ಪುಸ್ತಕವನ್ನು ಓದಿದ ಮೇಲೆ, ನಿಮ್ಮಲ್ಲಿ ಯಾರಾದರೂ ಒಬ್ಬರು "ಇದು ನನ್ನದೇ ಕಥೆಯಲ್ಲವೇ?" ಎಂದು ನಿಟ್ಟುಸಿರು ಬಿಟ್ಟರೆ, ನನ್ನ ಬರವಣಿಗೆ ಸಾರ್ಥಕವಾಯಿತು ಎಂದು ಭಾವಿಸುತ್ತೇನೆ. ಪ್ರೀತಿ ಸುಂದರವಾಗಿರಲಿ, ಆದರೆ ಅದು ನಿಮ್ಮನ್ನು ಕುರುಡರನ್ನಾಗಿ ಮಾಡದಿರಲಿ. ನಂಬಿಕೆ ಎನ್ನುವ ದೀಪವನ್ನು ಹಚ್ಚುವ ಮೊದಲು, ಗಾಳಿ ಬೀಸುವ ದಿಕ್ಕನ್ನು ಒಮ್ಮೆ ಗಮನಿಸಿ.ನಿಮ್ಮ ಪ್ರೀತಿ ಮತ್ತು ಬೆಂಬಲ ಸದಾ ನನ್ನ ಬರವಣಿಗೆಯ ಶಕ್ತಿಯಾಗಿರಲಿ.

ಧನ್ಯವಾದಗಳೊಂದಿಗೆ,

ಶರಣಕುಮಾರ ಸೋಲಾಪುರ

Sksolapur92@gmail.com @sharanakumarsolapur

ಲೇಖಕರ ಪರಿಚಯ

ಶರಣಕುಮಾರ ಸೋಲಾಪುರ

ಕನ್ನಡ ಸಾಹಿತ್ಯ ಮತ್ತು ಸಮಾಜ ಸೇವೆಯಲ್ಲಿ ಸಕ್ರಿಯವಾಗಿ ತೊಡಗಿಸಿಕೊಂಡಿರುವ ಶರಣಕುಮಾರ ಸೋಲಾಪುರ ಅವರು ಮೂಲತಃ ಯಾದಗಿರಿ ಜಿಲ್ಲೆಯ ಸುರಪುರ ತಾಲ್ಲೂಕಿನ ಕಕ್ಕೇರಾ ಪಟ್ಟಣದವರು. ರಾಜಕೀಯ ಶಾಸ್ತ್ರದಲ್ಲಿ ಸ್ನಾತಕೋತ್ತರ ಪದವಿ ಪಡೆದಿರುವ ಇವರು, ಆಳವಾದ ರಾಜಕೀಯ ಜ್ಞಾನದೊಂದಿಗೆ ಸಾಹಿತ್ಯದ ಮೇಲಿನ ಅಪಾರ ಪ್ರೀತಿಯನ್ನು ಹೊಂದಿದ್ದಾರೆ.

ಕೇವಲ ಅಕ್ಷರ ಲೋಕಕ್ಕೆ ಸೀಮಿತವಾಗದ ಇವರು, ಕಕ್ಕೇರಾ ಪುರಸಭೆಯ ಸದಸ್ಯರಾಗಿ ಸಾರ್ವಜನಿಕ ಸೇವೆಯಲ್ಲೂ ತೊಡಗಿಸಿಕೊಂಡು ಜನರ ಕಷ್ಟ ಸುಖಗಳಿಗೆ ಸ್ಪಂದಿಸಿದವರು. ರಾಜಕೀಯದ ಜವಾಬ್ದಾರಿ ಮತ್ತು ಸಾಹಿತ್ಯದ ಸೃಜನಶೀಲತೆಯನ್ನು ತಮ್ಮ ಬದುಕಿನ ಎರಡು ಕಣ್ಣುಗಳಂತೆ ಅಳವಡಿಸಿಕೊಂಡಿದ್ದಾರೆ. ಸಮಾಜದ ಅಂಕುಡೊಂಕುಗಳನ್ನು ಮತ್ತು ಮಾನವ ಸಂಬಂಧಗಳ ಸೂಕ್ಷ್ಮತೆಯನ್ನು ಇವರು ತಮ್ಮ ಲೇಖನಿಯ ಮೂಲಕ ಕಟ್ಟಿಕೊಡುತ್ತಾರೆ.

ತಮ್ಮ ಈ ಕಾದಂಬರಿ 'ಹೇಳದ ಕಾರಣ' ಮೂಲಕ ಪ್ರೀತಿ, ನಂಬಿಕೆ ಮತ್ತು ಭಾವನಾತ್ಮಕ ಸತ್ಯಗಳನ್ನು ಓದುಗರ ಮುಂದೆ ತೆರೆದಿಟ್ಟಿದ್ದಾರೆ. ಸಾರ್ವಜನಿಕ ಸೇವೆ ಮತ್ತು ಸಾಹಿತ್ಯ ಕೃಷಿ ಎರಡನ್ನೂ ಸಮತೋಲನದಿಂದ ಮುನ್ನಡೆಸುತ್ತಿರುವ ಶರಣಕುಮಾರ ಅವರು, ಭವಿಷ್ಯದಲ್ಲಿ ಇನ್ನೂ ಹೆಚ್ಚಿನ ಅರ್ಥಪೂರ್ಣ ಕೃತಿಗಳನ್ನು ನೀಡುವ ಹಂಬಲ ಹೊಂದಿದ್ದಾರೆ.

1

ಅಧ್ಯಾಯ ೧: ಮೌನದ ಮಡಿಲಲ್ಲಿ ಅರಳಿದ ಅನುರಾಗ

ಆ ದಿನ ಆಕಾಶದಲ್ಲಿ ಮೋಡಗಳು ಕವಿದಿದ್ದವು, ಮಳೆ ಸುರಿಯುವ ಮುನ್ಸೂಚನೆ ಇತ್ತು. ಆದರೆ ನನ್ನ ಮನಸ್ಸಿನಲ್ಲಿ ಸುನಾಮಿಯೊಂದು ಏಳಲಿದೆ ಎಂಬ ಅರಿವು ನನಗಿರಲಿಲ್ಲ. ಕಾಲೇಜಿನ ಆ ಹಳೆಯ ಲೈಬ್ರರಿ... ಅಲ್ಲಿನ ಪುಸ್ತಕಗಳ ವಾಸನೆ ಮತ್ತು ಹಳೆಯ ಮರದ ಮೇಜುಗಳ ನಡುವೆ ಒಂದು ನಿಗೂಢ ಶಾಂತಿಯಿತ್ತು. ನಾನು ಯಾವುದೋ ಸಂಶೋಧನಾ ಪ್ರಬಂಧಕ್ಕಾಗಿ ಹಳೆಯ ಕಡತಗಳನ್ನು ತಿರುವುತ್ತಿದ್ದೆ.

ಆಗಲೇ ಅವಳು ಬಂದಿದ್ದು.

ಲೈಬ್ರರಿಯ ಭಾರವಾದ ಬಾಗಿಲು ಸದ್ದಿಲ್ಲದೆ ತೆರೆದುಕೊಂಡಿತು. ಗಾಳಿಯಲ್ಲಿ ಹಗುರವಾದ ಮಲ್ಲಿಗೆಯ ಸುಗಂಧ ಪಸರಿಸಿತು. ಅವಳು ಬಂದು ಕಿಟಕಿಯ ಪಕ್ಕದ ಆ ಕೊನೆಯ ಸೀಟಿನಲ್ಲಿ ಕುಳಿತಳು. ಕಿಟಕಿಯಿಂದ ಬರುತ್ತಿದ್ದ ಅರೆಬೆಳಕು ಅವಳ ಮುಖದ ಮೇಲೆ ಬಿದ್ದಾಗ, ಅವಳು ಯಾವುದೋ ದೇವಲೋಕದ ಸುಂದರಿಯಂತೆ ಕಂಡಳು. ಅವಳ ಕಣ್ಣುಗಳು... ಅವು ಕೇವಲ ಕಣ್ಣುಗಳಲ್ಲ, ಆಳವಾದ ಸಮುದ್ರದಂತಿದ್ದವು. ಆ ಕಣ್ಣುಗಳಲ್ಲಿ ಒಂದು ರೀತಿಯ ವಿಷಾದವಿತ್ತು, ಅದೇ ಸಮಯದಲ್ಲಿ ಒಂದು ಆಕರ್ಷಕ ಸೆಳೆತವಿತ್ತು.ನನ್ನ ಕೈಯಲ್ಲಿದ್ದ ಪುಸ್ತಕದ ಪುಟಗಳು ಅಲ್ಲೇ ನಿಂತವು. ನನ್ನ ಉಸಿರಾಟದ ವೇಗ ಹೆಚ್ಚಾಯಿತು. ಜಗತ್ತಿನಲ್ಲಿ ಕೋಟ್ಯಂತರ ಜನರಿದ್ದಾರೆ, ಆದರೆ ಆ ಕ್ಷಣದಲ್ಲಿ ನನಗೆ ಕಂಡಿದ್ದು ಕೇವಲ ಅವಳು ಮಾತ್ರ. ಅವಳು ಓದುತ್ತಿದ್ದ ಪುಸ್ತಕದ ಮೇಲೆ ಅವಳ ಬೆರಳುಗಳು ಚಲಿಸುತ್ತಿದ್ದರೆ, ನನ್ನ ಹೃದಯದ ಬಡಿತ ಏರುಪೇರಾಗುತ್ತಿತ್ತು.

"ಯಾರನ್ನಾದರೂ ಮೊದಲ ನೋಟದಲ್ಲೇ ಇಷ್ಟಪಡಲು ಸಾಧ್ಯವೇ?" ಎಂದು ನನ್ನನ್ನು ನಾನೇ ಕೇಳಿಕೊಂಡೆ. ಹೌದು, ಸಾಧ್ಯವಿತ್ತು. ಅವಳನ್ನು ನೋಡಿದ ಆ ಕ್ಷಣವೇ ನನ್ನ ಅರ್ಧ ಜೀವ ಅವಳ ಪಾಲಾಗಿತ್ತು.ಅವಳು ಹಠಾತ್ತನೆ ತಲೆ ಎತ್ತಿದಳು.

ನನ್ನ ಕಣ್ಣುಗಳು ಅವಳ ಕಣ್ಣುಗಳನ್ನು ಸಂಧಿಸಿದವು. ಆ ನಾಲ್ಕು ಸೆಕೆಂಡುಗಳ ಕಾಲ ಪ್ರಪಂಚವೇ ನಿಂತುಹೋಯಿತು. ಅವಳ ತುಟಿಗಳ ಮೇಲೆ ಒಂದು ಸಣ್ಣ ನಗು ಮೂಡಿತು—ಅದು ಪರಿಚಯದ ನಗುವೋ ಅಥವಾ ನನ್ನ ಅವಸ್ಥೆಯನ್ನು ನೋಡಿ ಬಂದ ನಗುವೋ ತಿಳಿಯಲಿಲ್ಲ. ಆದರೆ ಆ ನಗು ನನ್ನ ಎದೆಯೊಳಗೆ ಅಚ್ಚೊತ್ತಿ ಹೋಯಿತು.

ಅವಳು ಎದ್ದು ಹೊರನಡೆದಾಗ, ಅವಳ ಹೆಜ್ಜೆಗಳ ಸದ್ದು ನನ್ನ ಕಿವಿಯಲ್ಲಿ ಸಂಗೀತದಂತೆ ಕೇಳಿಸಿತು. ಅವಳು ಹೋದ ಮೇಲೂ ಆ ಮಲ್ಲಿಗೆಯ ವಾಸನೆ ಅಲ್ಲೇ ಇತ್ತು. ಆ ದಿನ ನಾನು ನಿರ್ಧರಿಸಿದ್ದೆ, ಇವಳೇ ನನ್ನ ಬದುಕಿನ ಪೂರ್ಣ ವಿರಾಮವಾಗಬೇಕೆಂದು. ಆದರೆ ನನಗೆ ತಿಳಿದಿರಲಿಲ್ಲ, ಅದೇ ಕಣ್ಣುಗಳು ಮುಂದೆ ನನ್ನ ಕಣ್ಣೀರಿಗೆ ಕಾರಣವಾಗುತ್ತವೆ ಎಂದು. ಅದೇ ನಗು ನನ್ನ ಬದುಕಿನ ಅತ್ಯಂತ ದೊಡ್ಡ ವಂಚನೆಯ ಮುನ್ನುಡಿಯಾಗುತ್ತದೆ ಎಂದು.ಪ್ರೀತಿ ಅಂದರೆ ಇಷ್ಟೇನಾ? ಮೊದಲ ನೋಟದಲ್ಲೇ ಪ್ರಾಣವನ್ನೇ ಅರ್ಪಿಸುವಂತೆ ಮಾಡುವ ಈ ಮಾಯಾವಿನಿ, ಮುಂದೆ ಅದೇ ಪ್ರಾಣವನ್ನು ಹಿಂಡಿ ಹಿಪ್ಪೆ ಮಾಡುತ್ತಾಳೆ ಎಂಬ ಸಣ್ಣ ಸುಳಿವು ಕೂಡ ಆ ದಿನ ಆ ಲೈಬ್ರರಿಯ ಮೌನದಲ್ಲಿ ನನಗೆ ಸಿಗಲಿಲ್ಲ.

2

ಅಧ್ಯಾಯ ೧: ಮಾತುಗಳ ಮರೆಯಲ್ಲಿ ಅಡಗಿದ ಸಂಚು

ಲೈಬ್ರರಿಯಲ್ಲಿ ಅಂದು ಕಂಡ ಆ ನೋಟ ನನ್ನ ನಿದ್ದೆ ಗೆಡಿಸಿತ್ತು. ಮಾರನೆಯ ದಿನ ಅವಳು ಮತ್ತೆ ಅಲ್ಲಿಗೆ ಬರುತ್ತಾಳೆಯೇ ಎಂಬ ಕಾತರ ನನ್ನನ್ನು ಬೆಳ್ಳಂಬೆಳಗ್ಗೆಯೇ ಅಲ್ಲಿಗೆ ಕರೆತಂದಿತ್ತು. ಗಡಿಯಾರದ ಮುಳ್ಳುಗಳು ನಿಧಾನವಾಗಿ ಚಲಿಸುತ್ತಿದ್ದವು. ಹಳೆಯ ಕಿಟಕಿಯ ಗಾಜಿನ ಮೇಲೆ ಮಳೆಹನಿಗಳು ಮೆಲ್ಲಗೆ ಬಡಿಯುತ್ತಿದ್ದವು.ಸರಿಯಾಗಿ ಹತ್ತು ಗಂಟೆಗೆ ಆಕೆ ಬಂದಳು. ಅಂದು ಅವಳ ಉಡುಪು ಬದಲಾಗಿತ್ತು, ಆದರೆ ಆ ಕಣ್ಣುಗಳಲ್ಲಿದ್ದ ಸೆಳೆತ ಮಾತ್ರ ಹಾಗೆಯೇ ಇತ್ತು. ಅವಳು ನೇರವಾಗಿ ನನ್ನ ಬಳಿಯೇ ಬಂದಳು. ನನ್ನ ಎದೆಯ ಬಡಿತ ಲಯ ತಪ್ಪಿತು.

"ಇಲ್ಲಿ ಯಾರಾದರೂ ಕುಳಿತಿದ್ದಾರಾ?" - ಅವಳ ಧ್ವನಿ... ಅದು ವೀಣೆಯ ತಂತಿಯನ್ನು ಮೀಟಿದಂತಿತ್ತು.

"ಇಲ್ಲ... ಕೂರಬಹುದು," ಎಂದು ತಡಬಡಾಯಿಸುತ್ತಾ ಹೇಳಿದೆ. ಅವಳು ನನ್ನೆದುರೇ ಕುಳಿತಳು. ಪುಸ್ತಕ ತೆರೆದವಳು ಓದುತ್ತಿರಲಿಲ್ಲ, ಬದಲಾಗಿ ನನ್ನನ್ನೇ ಗಮನಿಸುತ್ತಿದ್ದಳು.

"ನಿನ್ನೆ ನೀವು ನನ್ನನ್ನೇ ನೋಡುತ್ತಿದ್ದಿರಿ ಅಲ್ವಾ?" ಎಂದು ನೇರವಾಗಿಯೇ ಕೇಳಿದಳು. ಆಕೆಯ ಆ ಧೈರ್ಯ ಮತ್ತು ನೇರ ನುಡಿ ನನ್ನನ್ನು ಬೆಚ್ಚಿಬೀಳಿಸಿತು. ನಾನು ಮುಜುಗರದಿಂದ ತಲೆ ತಗ್ಗಿಸಿದೆ. ಅವಳು ಮೆಲ್ಲನೆ ನಕ್ಕಳು—ಆ ನಗು ನನ್ನ ಆತ್ಮವನ್ನೇ ಕದಿಯುವಂತಿತ್ತು.

"ಪರವಾಗಿಲ್ಲ, ನನಗೂ ನೀವು ಇಷ್ಟವಾದಿರಿ. ನಿಮ್ಮ ಆ ಮೌನ, ಆ ಮುಗ್ಧತೆ... ಇವತ್ತಿನ ಕಾಲದಲ್ಲಿ ಇಂತಹ ಹುಡುಗರು ಸಿಗುವುದು ಅಪರೂಪ," ಅಂದಳು.

ಅವಳು ಅಂದು ಆಡಿದ ಆ ಒಂದೊಂದು ಮಾತು ಕೂಡ ನನ್ನ ನಂಬಿಕೆಯ ಅಡಿಪಾಯವನ್ನು ಗಟ್ಟಿಗೊಳಿಸುತ್ತಿತ್ತು. ಆದರೆ ಅದು ಅವಳು ಹೆಣೆಯುತ್ತಿದ್ದ **'ಭಾವನಾತ್ಮಕ ಬಲೆ'**ಯ ಮೊದಲ ಎಳೆ ಎಂದು ತಿಳಿಯುವಷ್ಟು ವಿವೇಕ

ನನಗಿರಲಿಲ್ಲ. ಅವಳು ತನ್ನ ಮನೆಯ ಕಷ್ಟಗಳ ಬಗ್ಗೆ, ತನ್ನ ಒಂಟಿತನದ ಬಗ್ಗೆ ಸುಳ್ಳು ಸುಳ್ಳೇ ಕಥೆಗಳನ್ನು ಹೇಳತೊಡಗಿದಳು. "ನನ್ನನ್ನು ಅರ್ಥ ಮಾಡಿಕೊಳ್ಳುವವರು ಯಾರೂ ಇಲ್ಲ, ನೀವಾದರೂ ನನ್ನ ಜೊತೆ ಇರುತ್ತೀರಾ?" ಎಂದು ಕೇಳಿದಾಗ, ನನ್ನ ಪ್ರಾಣವನ್ನೇ ಅವಳ ಪಾದಕ್ಕೆ ಇಡಲು ನಾನು ಸಿದ್ಧನಾಗಿದ್ದೆ.ಅವಳು ನನ್ನ ಕೈ ಹಿಡಿದು ಮೆಲ್ಲಗೆ ಒತ್ತಿದಾಗ, ಆ ಸ್ಪರ್ಶದಲ್ಲಿ ಸಾವಿರಾರು ಭರವಸೆಗಳಿದ್ದವು. "ನಾನು ನಿನ್ನನ್ನು ಎಂದಿಗೂ ಬಿಟ್ಟು ಹೋಗಲಾರೆ," ಎಂದು ಆಕೆ ಅಂದು ಪ್ರಮಾಣ ಮಾಡಿದಾಗ, ಆ ಮಾತಿನ ಹಿಂದೆ ಅಡಗಿದ್ದ ವಂಚನೆಯ ಮುಖವಾಡ ನನಗೆ ಕಾಣಲೇ ಇಲ್ಲ.

ಪ್ರೀತಿಯ ಹೆಸರಿನಲ್ಲಿ ಅವಳು ಮಾಡುತ್ತಿದ್ದ ಆ 'ಭಾವನಾತ್ಮಕ ಹೂಡಿಕೆ' ನನಗೆ ಅವಳ ಮೇಲಿನ ಹುಚ್ಚು ಅಭಿಮಾನವನ್ನು ಹೆಚ್ಚು ಮಾಡಿತು. ಅವಳು ಅಳುವಂತೆ ನಟಿಸಿದಾಗ ನನ್ನ ಕಣ್ಣಲ್ಲಿ ನೀರು ಬರುತ್ತಿತ್ತು. ಅವಳು ಹಸಿದಿದ್ದೇನೆ ಅಂದಾಗ ನನ್ನ ಊಟವನ್ನೇ ಅವಳಿಗೆ ನೀಡುತ್ತಿದ್ದೆ.ಅವಳು ನನ್ನನ್ನು ತನ್ನ ನಿಯಂತ್ರಣಕ್ಕೆ ತೆಗೆದುಕೊಳ್ಳಲು ಬಳಸಿದ ಅಸ್ತ್ರವೆಂದರೆ—'ಅತಿಯಾದ ಕಾಳಜಿ'. ಆ ಕಾಳಜಿಯೇ ಮುಂದೆ ನನ್ನ ಕೊರಳಿಗೆ ಉರುಳಾಗಲಿದೆ ಎಂಬ ಸಣ್ಣ ಸುಳಿವು ಕೂಡ ಸಿಗದಂತೆ ಆಕೆ ನಟಿಸುತ್ತಿದ್ದಳು.ಮಾತುಗಳು ಬೆಳೆದವು, ಭೇಟಿಗಳು ಹೆಚ್ಚಾದವು. ಲೈಬ್ರರಿಯಿಂದ ಕಾಫಿ ಶಾಪ್ಗೆ, ಅಲ್ಲಿಂದ ಪಾರ್ಕ್ಗೆ ನಮ್ಮ ಪಯಣ ಸಾಗಿತು. ಪ್ರತಿಯೊಂದು ಭೇಟಿಯಲ್ಲೂ ಅವಳು ನನ್ನನ್ನು ತನ್ನ ಭಾವನೆಗಳಿಗೆ ದಾಸನನ್ನಾಗಿ ಮಾಡಿಕೊಳ್ಳುತ್ತಿದ್ದಳು. ಅವಳು ನನ್ನನ್ನು ಪ್ರೀತಿಸುತ್ತಿರಲಿಲ್ಲ, ಬದಲಾಗಿ ತನ್ನ ಅವಶ್ಯಕತೆಗಳಿಗಾಗಿ ನನ್ನನ್ನು 'ಸಿದ್ಧಪಡಿಸಿಕೊಳ್ಳುತ್ತಿದ್ದಳು'.

3

ಅಧ್ಯಾಯ ೩: ಪ್ರೀತಿಯ ಪಂಜರ ಮತ್ತು ಮಧುರ ವಿಷ

ನಮ್ಮ ಭೇಟಿಗಳು ಈಗ ಕೇವಲ ಲೈಬ್ರರಿಗೆ ಸೀಮಿತವಾಗಿರಲಿಲ್ಲ. ನಗರದ ಗದ್ದಲವಿಲ್ಲದ ಪಾರ್ಕ್‌ಗಳು, ಸಂಜೆ ಹೊತ್ತಿನ ಮಂದ ಬೆಳಕಿನ ಕೆಫೆಗಳು ನಮ್ಮ ಪ್ರಪಂಚವಾಗಿದ್ದವು. ಅವಳು ನನ್ನ ಬದುಕಿನ ಪ್ರತಿ ಕ್ಷಣವನ್ನೂ ಆಕ್ರಮಿಸಿಕೊಳ್ಳುತ್ತಿದ್ದಳು. ಆದರೆ ಆ ಆಕ್ರಮಣದಲ್ಲಿ ಒಂದು ರೀತಿಯ 'ಅದೃಶ್ಯ ಹಿಡಿತ' ಇತ್ತು.

ಒಂದು ಸಂಜೆ ಪಾರ್ಕ್‌ನ ಮೂಲೆಯ ಬೆಂಚ್ ಮೇಲೆ ಕುಳಿತಿದ್ದಾಗ, ಅವಳು ಹಠಾತ್ತನೆ ಮೌನವಾದಳು. ಕಣ್ಣುಗಳಲ್ಲಿ ನೀರು ತುಂಬಿಕೊಂಡಂತೆ ನಟಿಸಿದಳು. ಗಾಬರಿಯಿಂದ ನಾನು ಅವಳ ಕೈ ಹಿಡಿದೆ. "ಏನಾಯಿತು? ಯಾಕೆ ಅಳುತ್ತಿದ್ದೀಯಾ?" ಎಂದು ಕೇಳಿದೆ.ಅವಳು ಬಿಕ್ಕಳಿಸುತ್ತಾ ಹೇಳಿದಳು, "ನನಗೆ ತುಂಬಾ ಭಯವಾಗುತ್ತಿದೆ. ನೀನು ನನ್ನನ್ನು ಬಿಟ್ಟು ಹೋಗುವುದಿಲ್ಲ ತಾನೇ? ಎಲ್ಲರೂ ನನ್ನನ್ನು ಬಳಸಿಕೊಂಡು ಎಸೆಯುತ್ತಾರೆ, ನೀನೂ ಹಾಗೆಯೇ ಮಾಡುತ್ತೀಯಾ?"ಆ ಕ್ಷಣದಲ್ಲಿ ನನಗೆ ಅವಳ ಮೇಲೆ ಅತೀವವಾದ ಕನಿಕರ ಉಕ್ಕಿ ಬಂತು. ಅವಳನ್ನು ಎದೆಯಪ್ಪಿ ಸಮಾಧಾನ ಪಡಿಸಿದೆ. "ಇಲ್ಲ, ನಾನು ಸಾಯುವವರೆಗೂ ನಿನ್ನ ಜೊತೆ ಇರುತ್ತೇನೆ" ಎಂದು ಮಾತು ಕೊಟ್ಟೆ. ಆದರೆ ನನಗೆ ಅಂದು ತಿಳಿಯಲಿಲ್ಲ—ಅವಳು ಆ ಕಣ್ಣೀರನ್ನು ಒಂದು ಅಸ್ತ್ರವಾಗಿ ಬಳಸುತ್ತಿದ್ದಳು. ನನ್ನಲ್ಲಿ 'ಅಪರಾಧಿ ಪ್ರಜ್ಞೆ' (Guilt) ಮೂಡಿಸಿ, ನಾನು ಅವಳನ್ನು ಎಂದಿಗೂ ಪ್ರಶ್ನಿಸದಂತೆ ಮಾಡುತ್ತಿದ್ದಳು.

ನಮ್ಮ ನಡುವೆ ಸಣ್ಣ ಸಣ್ಣ ಜಗಳಗಳು ಶುರುವಾದವು. ಆದರೆ ಆ ಜಗಳಗಳೆಲ್ಲವೂ ಅವಳಿಂದಲೇ ಆರಂಭವಾಗುತ್ತಿದ್ದವು. ನಾನು ಯಾವುದಾದರೂ ಫೋನ್ ಕಾಲ್ ಸ್ವೀಕರಿಸದಿದ್ದರೆ ಅಥವಾ ನನ್ನ ಸ್ನೇಹಿತರ ಜೊತೆ ಸ್ವಲ್ಪ ಸಮಯ ಕಳೆದರೆ ಸಾಕು, ಅವಳು ದೊಡ್ಡ ಹಂಗಾಮಾ ಮಾಡುತ್ತಿದ್ದಳು."ನಿನಗೆ ನನ್ನ ಮೇಲೆ

ಪ್ರೀತಿಯೇ ಇಲ್ಲ, ನಿನಗೆ ನಿನ್ನ ಸ್ನೇಹಿತರೇ ಮುಖ್ಯ" ಎಂದು ಹೇಳಿ ದಿನಗಟ್ಟಲೆ ಮಾತನಾಡದೆ ಇರುತ್ತಿದ್ದಳು. ನಾನು ಅವಳ ಕಾಲು ಹಿಡಿದು ಕ್ಷಮೆ ಕೇಳುವವರೆಗೂ ಅವಳು ಕರಗುತ್ತಿರಲಿಲ್ಲ. ಇದು ಪ್ರೀತಿಯಲ್ಲ, ಅದು ಅವಳು ನನ್ನ ಮೇಲೆ ಸಾಧಿಸುತ್ತಿದ್ದ 'ಭಾವನಾತ್ಮಕ ಅಧಿಕಾರ'.

ಅವಳು ನನ್ನನ್ನು ತನ್ನ ನಿಯಂತ್ರಣದಲ್ಲಿಟ್ಟುಕೊಳ್ಳಲು ಬಳಸುತ್ತಿದ್ದ ಇನ್ನೊಂದು ತಂತ್ರವೆಂದರೆ—'ಹೋಲಿಕೆ'."ನನ್ನ ಹಳೆಯ ಗೆಳೆಯ ನನಗಾಗಿ ಬೆಲೆಬಾಳುವ ಉಡುಗೊರೆ ತರುತ್ತಿದ್ದ, ನೀನು ಕೇವಲ ಒಂದು ಗುಲಾಬಿ ತರುತ್ತೀಯಾ?" ಅಥವಾ "ಅವನು ನನಗಾಗಿ ಏನು ಬೇಕಾದರೂ ಮಾಡುತ್ತಿದ್ದ" ಎಂದು ಹೇಳಿ ನನ್ನನ್ನು ಮಾನಸಿಕವಾಗಿ ಕುಗ್ಗಿಸುತ್ತಿದ್ದಳು. ನಾನು ಅವಳ ಕಣ್ಣಲ್ಲಿ 'ಶ್ರೇಷ್ಠ ಪ್ರೇಮಿ' ಎನಿಸಿಕೊಳ್ಳಲು ನನ್ನ ಶಕ್ತಿ ಮೀರಿ ಅವಳಿಗೆ ಬೇಕಾದದ್ದನ್ನೆಲ್ಲಾ ಕೊಡಿಸಲು ಶುರು ಮಾಡಿದೆ.

ಅವಳು ನನ್ನನ್ನು ಪ್ರೀತಿಸುತ್ತಿರಲಿಲ್ಲ, ಬದಲಾಗಿ ನನ್ನನ್ನು ಒಂದು 'ಹೂಡಿಕೆ' (Investment) ತರಹ ನೋಡುತ್ತಿದ್ದಳು. ತನ್ನ ಭಾವನೆಗಳನ್ನು ಸುರಿದು, ನನ್ನಿಂದ ಎಲ್ಲವನ್ನೂ ಪಡೆದುಕೊಳ್ಳುತ್ತಿದ್ದಳು. ನಾನು ಅವಳಿಗಾಗಿ ನನ್ನ ಗೆಳೆಯರನ್ನು ಕಳೆದುಕೊಂಡೆ, ಮನೆಯವರ ಜೊತೆ ಜಗಳವಾಡಿದೆ, ಕೊನೆಗೆ ನನ್ನ ಅಸ್ತಿತ್ವವನ್ನೇ ಅವಳ ಪಾದಕ್ಕೆ ಅಡವಿಟ್ಟೆ.ಅವಳು ನನ್ನನ್ನು ಪ್ರೀತಿಯ ಪಂಜರದಲ್ಲಿ ಬಂಧಿಸಿದ್ದಳು. ಹೊರಗೆ ಹೋಗಲು ದಾರಿಯಿದ್ದರೂ, ಅವಳ ಮೇಲಿನ ಆ 'ಹುಚ್ಚು ಮೋಹ' ನನ್ನನ್ನು ಅಲ್ಲೇ ಇರುವಂತೆ ಮಾಡಿತ್ತು. ಆ ಪಂಜರದ ಕೀಲಿ ಕೈ ಅವಳ ಹತ್ತಿರ ಇತ್ತು, ಆದರೆ ಅವಳು ಅದನ್ನು ಎಂದಿಗೂ ತೆರೆಯುವ ಉದ್ದೇಶ ಹೊಂದಿರಲಿಲ್ಲ. ಅವಳಿಗೆ ಬೇಕಾಗಿದ್ದು ನನ್ನ ಸಾಂಗತ್ಯವಲ್ಲ, ನನ್ನ ಮೇಲಿನ ಆ 'ಮಾಲೀಕತ್ವ'.ನಂಬಿಕೆ ದ್ರೋಹದ ಮೊದಲ ಕಿಡಿ ಹತ್ತಿದ್ದು ಇಲ್ಲೇ. ಅವಳು ನನ್ನನ್ನು ಪ್ರೀತಿಸುತ್ತಿದ್ದೇನೆ ಎಂದು ಹೇಳುತ್ತಲೇ, ತನ್ನ ಇನ್ನೊಂದು ಬದುಕಿನ ಬಾಗಿಲನ್ನು ಸದ್ದಿಲ್ಲದೆ ತೆರೆದಿಟ್ಟಿದ್ದಳು.

4

ಅಧ್ಯಾಯ ೪: ಮಸುಕಾದ ಬಿಂಬ ಮತ್ತು ಬದಲಾದ ಸ್ವರ

ನಮ್ಮ ಪ್ರೀತಿಯ ಆ ದಿನಗಳು ಈಗ ಮೊದಲಿನಂತಿರಲಿಲ್ಲ. ಅವಳ ನಗು ಈಗ ಯಾಂತ್ರಿಕವಾಗಿತ್ತು, ಅವಳ ಮಾತುಗಳಲ್ಲಿ ಅತಿ ಹೆಚ್ಚು ಗೌಪ್ಯತೆ ಮನೆಮಾಡಿತ್ತು. ಒಂದು ಕಾಲದಲ್ಲಿ ಗಂಟೆಗಟ್ಟಲೆ ನನ್ನ ಕಣ್ಣಲ್ಲಿ ಕಣ್ಣಿಟ್ಟು ಮಾತನಾಡುತ್ತಿದ್ದವಳು, ಈಗ ನನ್ನ ಎದುರು ಕುಳಿತಿದ್ದರೂ ತನ್ನ ಫೋನ್ನಲ್ಲೇ ಮಗ್ನಳಾಗಿರುತ್ತಿದ್ದಳು. ಅವಳ ಬೆರಳುಗಳು ಸ್ಕ್ರೀನ್ ಮೇಲೆ ಓಡುತ್ತಿದ್ದರೆ, ನನ್ನ ಹೃದಯದಲ್ಲಿ ಏನೋ ಅನಾಹುತವಾಗಲಿದೆ ಎಂಬ ಆತಂಕ ಶುರುವಾಗಿತ್ತು.

ನಾನು ಅವಳನ್ನು ಮಾತಾಡಿಸಲು ಪ್ರಯತ್ನಿಸಿದರೆ, ಆಕೆ ಕಿರಿಕಿರಿ ಮಾಡಿಕೊಳ್ಳುತ್ತಿದ್ದಳು. "ಯಾಕೆ ಹೀಗೆ ಸುಮ್ಮನೆ ಕೂತಿದ್ದೀಯಾ?" ಎಂದು ಕೇಳಿದರೆ, "ನಿನಗೆ ಯಾವಾಗಲೂ ನನ್ನ ಮೇಲೆ ಅನುಮಾನವೇ, ಸ್ವಲ್ಪ ಸ್ಪೇಸ್ ಕೊಡು" ಎಂದು ನನ್ನನ್ನೇ ಅಪರಾಧಿಯನ್ನಾಗಿ ಮಾಡುತ್ತಿದ್ದಳು.ಒಂದು ದಿನ ಸಂಜೆ, ನಾವು ಹಳೆಯ ಕೆಫೆಯಲ್ಲಿ ಕುಳಿತಿದ್ದೆವು. ಅವಳ ಫೋನ್ ಕೆಳಗೆ ಬಿದ್ದಾಗ, ನಾನು ಅದನ್ನು ಎತ್ತಲು ಹೋದ ಆ ಕ್ಷಣ ಅವಳ ಮುಖದಲ್ಲಿ ಕಂಡ ಆ ಭಯ... ಅದು ಪ್ರೀತಿಯದಲ್ಲ, ಬದಲಾಗಿ 'ಸಿಕ್ಕಿಬೀಳುವ ಭೀತಿ'.

"ನನ್ನ ಫೋನ್ ಮುಟ್ಟಬೇಡ ಎಂದು ನಿನಗೆ ಎಷ್ಟು ಸಲ ಹೇಳಬೇಕು?" ಎಂದು ಅವಳು ಕಿರುಚಿದಾಗ, ಲೈಬ್ರರಿಯ ಆ ಮೃದು ಸ್ವಭಾವದ ಹುಡುಗಿ ಇವಳೇನಾ ಎಂಬ ಪ್ರಶ್ನೆ ಕಾಡಿತು. ಅವಳು ತನ್ನ ಫೋನ್ಗೆ ಹೊಸ ಪಾಸ್ವರ್ಡ್ ಹಾಕಿಕೊಂಡಿದ್ದಳು, ನಾನು ಹತ್ತಿರ ಬಂದ ಕೂಡಲೇ ಚಾಟ್ ವಿಂಡೋಗಳನ್ನು ಕ್ಲೋಸ್ ಮಾಡುತ್ತಿದ್ದಳು. ಇವೆಲ್ಲವೂ ಅವಳ **'ಭಾವನಾತ್ಮಕ ವಂಚನೆ'**ಯ ಮುನ್ಸೂಚನೆಗಳಾಗಿದ್ದವು.ಒಮ್ಮೆ ಅವಳು ತನ್ನ ಗೆಳತಿಯ ಮನೆಗೆ ಹೋಗುತ್ತಿದ್ದೇನೆ ಎಂದು ಸುಳ್ಳು ಹೇಳಿ, ಬೇರೆ ಯಾರೊಂದಿಗೋ ಸಿನಿಮಾಕ್ಕೆ ಹೋಗಿದ್ದನ್ನು ನಾನು ನೋಡಿದೆ. ಅಂದು ಅವಳನ್ನು ಹಿಡಿದು ಕೇಳಿದಾಗ, ಅವಳು

ಅತ್ತಿದ್ದು ಮೊದಲಿನಂತಿರಲಿಲ್ಲ. ಆ ಕಣ್ಣೀರಿನಲ್ಲಿ ಈಗ ವಿಷವಿತ್ತು.

"ನಾನು ನಿನಗೆ ಉತ್ತರ ಕೊಡಬೇಕಿಲ್ಲ, ನೀನು ನನ್ನನ್ನು ಬಂಧಿಸುತ್ತಿದ್ದೀಯಾ" ಎಂದು ನಟಿಸುತ್ತಾ, ನನ್ನ ಭಾವನೆಗಳ ಜೊತೆ ಚೆಲ್ಲಾಟವಾಡಿದಳು. ಅವಳು ತಪ್ಪು ಮಾಡಿಯೂ ನನ್ನನ್ನೇ ಕ್ಷಮೆ ಕೇಳುವಂತೆ ಮಾಡಿದ ಆ ಕಲೆ... ಅದು ಅವಳ ಕ್ರೂರತೆಯ ಪರಮಾವಧಿಯಾಗಿತ್ತು.ಅವಳು ನನ್ನನ್ನು ಪ್ರೀತಿಸುತ್ತಿರಲಿಲ್ಲ, ಬದಲಾಗಿ ನನ್ನನ್ನು 'ಬ್ಯಾಕ್-ಅಪ್' ಆಗಿ ಇಟ್ಟುಕೊಂಡಿದ್ದಳು. ಅವಳಿಗೆ ಬೇಕಾದಾಗ ನಾನು ಸಿಗಬೇಕು, ಆದರೆ ಅವಳ ಬದುಕಿನ ಕರಾಳ ರಹಸ್ಯಗಳನ್ನು ನಾನು ನೋಡಬಾರದು. ನಂಬಿಕೆ ಎನ್ನುವ ದಾರದ ಎಳೆ ದಿನದಿಂದ ದಿನಕ್ಕೆ ಸವೆದು ಹೋಗುತ್ತಿತ್ತು. ಗಾಢವಾಗಿದ್ದ ಪ್ರೇಮ ಈಗ ಬರಿ ಹೊರೆಯಾಗಿ ಕಾಡುತ್ತಿತ್ತು. ಅವಳ ಮೌನದಲ್ಲಿ ಸಾವಿರ ಸುಳ್ಳುಗಳಿದ್ದವು, ಅವಳ ಪ್ರತಿಯೊಂದು ನಡೆಯೂ ನನ್ನನ್ನು ವಂಚನೆಯ ಕೂಪಕ್ಕೆ ನೂಕುತ್ತಿತ್ತು.ಆದರೆ ಅತಿಯಾಗಿ ಪ್ರೀತಿಸಿದ ನಾನು, ಆ ಸತ್ಯವನ್ನು ಒಪ್ಪಿಕೊಳ್ಳಲು ಸಿದ್ಧನಿರಲಿಲ್ಲ. ಅವಳ ಸುಳ್ಳುಗಳನ್ನೇ ಸತ್ಯವೆಂದು ನಂಬಿ ಬದುಕಲು ನಾನು ಪಟ್ಟ ಪಾಡು, ಸಾಕ್ಷಾತ್ ನರಕವಾಗಿತ್ತು.

5

ಅಧ್ಯಾಯ ೫: ಕರಗುವ ಮೌನ ಮತ್ತು ಕಟು ಸತ್ಯದ ಹೆಜ್ಜೆಗಳು

ಆ ದಿನಗಳು ನರಕಕ್ಕಿಂತಲೂ ಭೀಕರವಾಗಿದ್ದವು. ಅವಳ ಮತ್ತು ನನ್ನ ನಡುವಿನ ಅಂತರ ಈಗ ಕೇವಲ ಮಾತುಗಳದ್ದಾಗಿರಲಿಲ್ಲ, ಅದು ಆತ್ಮಗಳ ನಡುವಿನ ಕಂದಕವಾಗಿತ್ತು. ಒಮ್ಮೆ ಫೋನ್ ಮಾಡಿದರೆ ಹತ್ತಾರು ಬಾರಿ ಕಟ್ ಮಾಡುತ್ತಿದ್ದಳು. "ಬ್ಯುಸಿ ಇದ್ದೇನೆ", "ತಲೆನೋವು", "ಮನೆಯಲ್ಲಿ ಅಪ್ಪನಿದ್ದಾರೆ" ಎಂಬ ಸಿದ್ಧ ಉತ್ತರಗಳು ಅವಳ ಬತ್ತಳಿಕೆಯಿಂದ ಸದಾ ಹೊರಬರುತ್ತಿದ್ದವು.

ನನ್ನ ಪ್ರೀತಿ ಈಗ ಅವಳಿಗೆ 'ಪೀಡೆ'ಯಂತೆ ಕಾಣುತ್ತಿತ್ತು. ನಾನು ಅವಳಿಗಾಗಿ ಕಾಯುತ್ತಿದ್ದ ಆ ಹಳೆಯ ಪಾರ್ಕ್ನಲ್ಲಿ ಈಗ ನಾನು ಒಬ್ಬನೇ ಕುಳಿತಿರುತ್ತಿದ್ದೆ.ಒಂದು ರಾತ್ರಿ, ತಡೆಯಲಾರದ ಆತಂಕದಿಂದ ಅವಳಿಗೆ ಮೆಸೇಜ್ ಮಾಡಿದೆ: "ನನ್ನಿಂದ ಏನಾದರೂ ತಪ್ಪಾಗಿದೆಯೇ? ಯಾಕೆ ಹೀಗೆ ದೂರವಾಗುತ್ತಿದ್ದೀಯಾ?"ಬಹಳ ಹೊತ್ತಿನ ನಂತರ ಬಂದ ಉತ್ತರ ನನ್ನ ಎದೆಯನ್ನು ಸೀಳಿತು: "ನಿನಗೆ ಅತಿಯಾದ ಎಮೋಷನಲ್ ಡಿಪೆಂಡೆನ್ಸಿ ಇದೆ. ನಿನ್ನ ಈ ಅತಿಯಾದ ಪ್ರೀತಿ ನನಗೆ ಉಸಿರುಗಟ್ಟಿಸುತ್ತಿದೆ. ಸ್ವಲ್ಪ ದಿನ ನನ್ನನ್ನು ಒಬ್ಬಳನ್ನೇ ಬಿಡು."ಅವಳು ಬಳಸಿದ ಆ 'ಉಸಿರುಗಟ್ಟುವಿಕೆ' ಎಂಬ ಪದ ನನ್ನನ್ನು ಸ್ತಬ್ಧಗೊಳಿಸಿತು. ಯಾರನ್ನು ಉಸಿರೆಂದು ನಂಬಿದ್ದೆನೋ, ಅವಳಿಗೆ ನಾನು ಉಸಿರುಗಟ್ಟಿಸುವವನಾಗಿ ಕಂಡೆ. ಆದರೆ ಸತ್ಯ ಬೇರೆಯೇ ಇತ್ತು. ಅವಳು ನನ್ನನ್ನು ದೂರ ಮಾಡುತ್ತಿದ್ದದ್ದು ತನ್ನ ಸ್ವತಂತ್ರಕ್ಕಾಗಿ ಅಲ್ಲ, ಬದಲಾಗಿ ತನ್ನ ಬದುಕಿಗೆ ಬಂದಿದ್ದ **'ಹೊಸ ವ್ಯಕ್ತಿ'**ಗೆ ಜಾಗ ಮಾಡಿಕೊಡಲು.

ನಾನು ಅವಳನ್ನು ನೋಡಲು ಅವಳ ಕಾಲೇಜಿನ ಹತ್ತಿರ ಹೋದಾಗ, ಕಂಡ ದೃಶ್ಯ ನನ್ನ ರಕ್ತ ಹೆಪ್ಪುಗಟ್ಟುವಂತೆ ಮಾಡಿತು.

ಅವಳು ಒಬ್ಬ ಅಪರಿಚಿತ ಹುಡುಗನ ಬೈಕ್ ಹಿಂದೆ ಕುಳಿತು, ಅವನ ಹೆಗಲ ಮೇಲೆ ಕೈ ಹಾಕಿ ನಗುತ್ತಾ ಹೋಗುತ್ತಿದ್ದಳು. ಆ ನಗು... ಅದೇ ಲೈಬ್ರರಿಯಲ್ಲಿ

ನನಗೆ ನೀಡಿದ್ದ ಆ ಮಧುರವಾದ ನಗು! ಆದರೆ ಇಂದು ಅದು ನನ್ನ ಪಾಲಿಗೆ ಮೃತ್ಯುವಿನ ನಗುವಿನಂತೆ ಕಂಡಿತು. ಅವಳು ನನ್ನನ್ನು ಕಂಡೂ ಕಾಣದಂತೆ ಮುಖ ತಿರುಗಿಸಿಕೊಂಡು ಹೋದಳು. ಆ ಕ್ಷಣದಲ್ಲಿ ಅವಳ ಕಣ್ಣಲ್ಲಿ ನನಗಾಗಿ ಕನಿಷ್ಠ ಪಕ್ಷ 'ಪರಿಚಯದ' ಕುರುಹೂ ಇರಲಿಲ್ಲ.ನಾನು ಅವಳಿಗೆ ಫೋನ್ ಮಾಡಿದೆ. ಅವಳು ಫೋನ್ ಎತ್ತಿ ಅತೀ ನಿರ್ಲಕ್ಷ್ಯದಿಂದ ಹೇಳಿದಳು, "ನೋಡು, ನಿನಗೆ ಮೊದಲೇ ಹೇಳಿದ್ದೆ ನನಗೆ ಸ್ಪೇಸ್ ಬೇಕು ಎಂದು. ಈಗ ನೀನು ನನ್ನನ್ನು ಫಾಲೋ ಮಾಡುತ್ತಾ ಚೀಪ್ ಆಗಿ ಬಿಹೇವ್ ಮಾಡುತ್ತಿದ್ದೀಯಾ. ಪ್ಲೀಸ್, ನನ್ನ ಲೈಫ್ನಿಂದ ದೂರ ಹೋಗು."

ಅವಳ ಮಾತಿನಲ್ಲಿ ವಂಚನೆಯ ಗರಿಷ್ಠ ಮಟ್ಟವಿತ್ತು. ತಾನು ತಪ್ಪು ಮಾಡುತ್ತಿದ್ದರೂ, ನನ್ನನ್ನೇ 'ಚೀಪ್' ಎಂದು ಕರೆದು ನನ್ನ ಆತ್ಮಗೌರವವನ್ನು ಮಣ್ಣು ಪಾಲು ಮಾಡಿದಳು. ಅವಳು ನನ್ನನ್ನು ಪ್ರೀತಿಸಲೇ ಇಲ್ಲ ಎಂಬ ಕಟು ಸತ್ಯ ಈಗ ದೀಪದಂತೆ ಸ್ಪಷ್ಟವಾಗಿತ್ತು. ಅವಳಿಗೆ ಬೇಕಾಗಿದ್ದಾಗ ನನ್ನನ್ನು 'ಭಾವನಾತ್ಮಕ ಆಸರೆ'ಯಾಗಿ ಬಳಸಿಕೊಂಡಿದ್ದಳು, ಈಗ ಹೊಸ ಆಸರೆ ಸಿಕ್ಕ ತಕ್ಷಣ ಹಳೆಯ ಬಟ್ಟೆಯಂತೆ ಎಸೆದಿದ್ದಳು.ನನ್ನ ಪ್ರೀತಿ ಗಾಢವಾಗುತ್ತಾ ಹೋದಂತೆ, ಅವಳ ವಂಚನೆಯೂ ಅಷ್ಟೇ ವ್ಯವಸ್ಥಿತವಾಗಿತ್ತು. ನಂಬಿಕೆ ಎನ್ನುವುದು ಒಂದು ಕನ್ನಡಿಯಂತೆ, ಒಮ್ಮೆ ಒಡೆದರೆ ಮತ್ತೆ ಎಂದಿಗೂ ಮೊದಲಿನ ಬಿಂಬ ಕಾಣದು. ಅಂದು ಆ ರಸ್ತೆಯಲ್ಲಿ ನಿಂತಿದ್ದ ನನಗೆ ಅರಿವಾಯಿತು—ನಾನು ಪ್ರೀತಿಸಿದ್ದು ಒಬ್ಬ ಹುಡುಗಿಯನ್ನಲ್ಲ, ಅವಳು ತೊಟ್ಟಿದ್ದ ಆ 'ಪ್ರೀತಿಯ ಮುಖವಾಡ'ವನ್ನು ಮಾತ್ರ.

6

ಅಧ್ಯಾಯ ೬: ಹೇಳದ ಕಾರಣ ಮತ್ತು ಅಂತಿಮ ದ್ರೋಹ

ಆ ರಾತ್ರಿ ಮಳೆ ಸುರಿಯುತ್ತಿರಲಿಲ್ಲ, ಆದರೆ ನನ್ನ ಕಣ್ಣುಗಳಲ್ಲಿ ಪ್ರವಾಹವೇ ಹರಿಯುತ್ತಿತ್ತು. ಅವಳು ನೀಡಿದ ಆ 'ಸ್ಪೇಸ್' ಎನ್ನುವ ಪದದ ಅರ್ಥ ಈಗ ಪೂರ್ಣವಾಗಿ ತಿಳಿಯುತ್ತಿತ್ತು. ಅದು ನಮಗಾಗಿ ಕೇಳಿದ ಬಿಡುವಲ್ಲ, ಅದು ನನ್ನನ್ನು ಅವಳ ಬದುಕಿನಿಂದ ಶಾಶ್ವತವಾಗಿ ಹೊರಹಾಕಲು ಹಾಕಿದ ಪೀಠಿಕೆ.ನಾನು ಅವಳನ್ನು ಭೇಟಿಯಾಗಲೇಬೇಕೆಂದು ನಿರ್ಧರಿಸಿ ಅವಳು ಸದಾ ಬರುವ ಆ ಕೆಫೆಯ ಹತ್ತಿರ ಕಾಯುತ್ತಿದ್ದೆ. ಅವಳು ಬಂದಳು... ಆದರೆ ಒಬ್ಬಳಲ್ಲ. ಆ ಹೊಸ ವ್ಯಕ್ತಿಯ ಕೈ ಹಿಡಿದು, ಅವನ ಕಣ್ಣಲ್ಲಿ ಕಣ್ಣಿಟ್ಟು ನಗುತ್ತಾ ಬರುತ್ತಿದ್ದಳು. ಅಂದು ಲೈಬ್ರರಿಯಲ್ಲಿ ನನಗೆ ಕೊಟ್ಟಿದ್ದ ಅದೇ ನೋಟ, ಅದೇ ಕಾಳಜಿ, ಅದೇ ಸುಳ್ಳು ಭರವಸೆಗಳು ಈಗ ಅವನ ಪಾಲಾಗಿದ್ದವು.

ನಾನು ಅವಳ ಮುಂದೆ ಹೋಗಿ ನಿಂತಾಗ, ಅವಳ ಮುಖದಲ್ಲಿ ಕಿಂಚಿತ್ತೂ ಭಯವಿರಲಿಲ್ಲ. ಬದಲಾಗಿ ಒಂದು ರೀತಿಯ ಅಸಹ್ಯವಿತ್ತು.

"ಇಲ್ಲಿ ಯಾಕೆ ಬಂದಿದ್ದೀಯಾ? ನಿನಗೆ ಅರ್ಥವಾಗುವುದಿಲ್ಲವೇ? ನಮ್ಮ ನಡುವೆ ಎಲ್ಲವೂ ಮುಗಿದುಹೋಗಿದೆ," ಅಂದಳು ಅತ್ಯಂತ ತಣ್ಣನೆಯ ಧ್ವನಿಯಲ್ಲಿ.ನನ್ನ ಗಂಟಲು ಒಣಗಿತ್ತು. "ಯಾಕೆ? ಏನು ತಪ್ಪಾಯಿತು ನನ್ನಿಂದ? ಅಂದು ಮಳೆ ಸುರಿಯುವಾಗ ನನ್ನ ಕೈ ಹಿಡಿದು ಕೊಟ್ಟ ಮಾತುಗಳೇನು? ನನಗಾಗಿ ಅತ್ತ ಆ ಕಣ್ಣೀರು ಸುಳ್ಳಾ?" ಎಂದು ಕಿರುಚಿದೆ.ಅವಳು ಕ್ರೂರವಾಗಿ ನಕ್ಕಳು. "ನೋಡು, ಅಂದು ನನಗೆ ಒಬ್ಬರ ಸಾಂಗತ್ಯ ಬೇಕಿತ್ತು, ನೀನು ಸಿಕ್ಕೆ. ನಿನ್ನ ಮುಗ್ಧತೆ ನನಗೆ ಒಂದು ಕಾಲಕ್ಷೇಪವಾಗಿತ್ತು ಅಷ್ಟೇ. ಪ್ರೀತಿ ಅಂದರೆ ಬರಿ ಹಳೆಯ ಕವಿತೆಗಳಲ್ಲ, ಲೈಫ್ ಅಂದರೆ ಪ್ರಾಕ್ಟಿಕಲ್ ಆಗಿರಬೇಕು. ಅವನ ಹತ್ತಿರ ಸ್ಟೇಟಸ್ ಇದೆ, ಹಣವಿದೆ, ನನ್ನನ್ನು ಚೆನ್ನಾಗಿ ಇಟ್ಟುಕೊಳ್ಳುವ ಶಕ್ತಿಯಿದೆ. ನಿನ್ನ ಹತ್ತಿರ ಏನಿದೆ? ಬರಿ ಈ ಸೋತ ಪ್ರೀತಿ ಮತ್ತು ಕಣ್ಣೀರು ಅಷ್ಟೇ ತಾನೇ?"ಆ ಮಾತುಗಳು ನನ್ನ ಎದೆಗೆ

ಕಾದ ಸೀಸ ಸುರಿದಂತಾದವು. ಅವಳು ನನ್ನನ್ನು ಪ್ರೀತಿಸಲೇ ಇಲ್ಲ, ಬದಲಾಗಿ ತನ್ನ ಸುಖಕ್ಕಾಗಿ ನನ್ನ ಭಾವನೆಗಳನ್ನು ಹರಾಜು ಹಾಕಿದ್ದಳು. "ಹಾಗಾದರೆ ಅಂದು ಅತ್ತಿದ್ದು ಯಾಕೆ?" ಎಂದು ಕೇಳಿದೆ.

ಅವಳು ಕಿಟಕಿಯ ಹೊರಗೆ ನೋಡುತ್ತಾ ಹೇಳಿದಳು, "ಅದು ನಿನಗೆ ನನ್ನ ಮೇಲೆ ಕನಿಕರ ಹುಟ್ಟಿಸಲು ನಾನು ಮಾಡಿದ ಸಣ್ಣ ನಾಟಕ. ನೀನು ಎಮೋಷನಲ್ ಮೂರ್ಖ ಎಂದು ನನಗೆ ಮೊದಲೇ ತಿಳಿದಿತ್ತು. ಈಗ ಹೋಗು, ನನ್ನ ಹೊಸ ಜೀವನವನ್ನು ಹಾಳು ಮಾಡಬೇಡ."ಅವಳು ಕೊಟ್ಟ ಆ 'ಹೇಳದ ಕಾರಣ' ಇದೇ ಆಗಿತ್ತು. ನಾನು ಅವಳಿಗೆ ಒಂದು ವ್ಯಕ್ತಿಯಾಗಿ ಕಾಣಲೇ ಇಲ್ಲ, ಬದಲಾಗಿ ಅವಳ ಅಗತ್ಯಗಳನ್ನು ಪೂರೈಸುವ ಒಂದು 'ವಸ್ತು'ವಾಗಿದ್ದೆ. ಅವಳು ನನ್ನನ್ನು ವಂಚಿಸಿದ್ದು ಕೇವಲ ಇನ್ನೊಬ್ಬನ ಜೊತೆ ಹೋಗುವ ಮೂಲಕವಲ್ಲ, ಬದಲಾಗಿ ನನ್ನ ನಂಬಿಕೆಯನ್ನು, ನನ್ನ ಪ್ರೀತಿಯನ್ನು ಅತ್ಯಂತ ಕೀಳಾಗಿ ಕಂಡು ಅವಮಾನಿಸುವ ಮೂಲಕ.ಅವಳು ಅವನ ಜೊತೆ ಕಾರು ಹತ್ತಿ ಹೋದಾಗ, ನನ್ನ ಪ್ರಪಂಚವೇ ಶೂನ್ಯವಾಯಿತು. ಅತಿಯಾದ ಪ್ರೀತಿ ಹೇಗೆ ಒಬ್ಬ ಮನುಷ್ಯನನ್ನು ಜೀವಂತ ಶವವನ್ನಾಗಿ ಮಾಡುತ್ತದೆ ಎಂಬುದು ಅಂದು ನನಗೆ ಅರಿವಾಯಿತು. ಅವಳು ನೀಡಿದ ಆ ಗಾಯಕ್ಕೆ ಯಾವುದೇ ಮದ್ದಿರಲಿಲ್ಲ, ಏಕೆಂದರೆ ಆ ಗಾಯ ಮಾಡಿದ್ದು ಅವಳ ಮೌನವಲ್ಲ, ಅವಳು ಆಡಿದ ಆ ವಿಷಪೂರಿತ ಮಾತುಗಳು.

ನಂಬಿಕೆ ದ್ರೋಹದ ಈ ಅಧ್ಯಾಯ ಮುಗಿದಿತ್ತು, ಆದರೆ ನನ್ನ ನೋವಿನ ಅಧ್ಯಾಯ ಈಗಷ್ಟೇ ಶುರುವಾಗಿತ್ತು.

7

ಅಧ್ಯಾಯ ೭: ಶೂನ್ಯದ ಒಡಲಲ್ಲಿ ಮೌನದ ಅಳಲು

ಅವಳು ಹೋದ ಹಾದಿಯಲ್ಲೇ ನಾನು ಎಷ್ಟೋ ಹೊತ್ತು ನಿಂತಿದ್ದೆ. ಕಾಲ ಕೆಳಗಿನ ಭೂಮಿ ಜಾರಿದಂತಾಗಿತ್ತು. ಸುತ್ತಲೂ ಜನರಿದ್ದರು, ವಾಹನಗಳ ಸದ್ದಿತ್ತು, ಆದರೆ ನನಗೆ ಮಾತ್ರ ಸ್ಮಶಾನದ ಮೌನ ಆವರಿಸಿದಂತೆ ಭಾಸವಾಗುತ್ತಿತ್ತು. ಅವಳು ಆಡಿದ ಆ ಕಟು ಮಾತುಗಳು—"ನೀನೊಬ್ಬ ಎಮೋಷನಲ್ ಮೂರ್ಖ"—ಕಿವಿಯಲ್ಲಿ ಮತ್ತೆ ಮತ್ತೆ ಮೊಳಗುತ್ತಿದ್ದವು.ಮನೆಗೆ ಬಂದಾಗ ಪ್ರತಿ ಮೂಲೆಯಲ್ಲೂ ಅವಳ ನೆನಪುಗಳೇ ಕಾಡುತ್ತಿದ್ದವು. ಅವಳು ಕುಳಿತಿದ್ದ ಆ ಸೋಫಾ, ಅವಳು ಮೆಚ್ಚಿದ್ದ ಆ ಕಿಟಕಿ ಪಕ್ಕದ ಜಾಗ, ನಾವು ಒಟ್ಟಿಗೆ ಕುಡಿದ ಕಾಫಿಯ ಕಪ್ಗಳು... ಎಲ್ಲವೂ ಈಗ ನನ್ನನ್ನು ನೋಡಿ ಅಣಕಿಸುತ್ತಿದ್ದವು. ಪ್ರೀತಿ ಗಾಢವಾಗಿದ್ದಾಗ ಈ ವಸ್ತುಗಳೇ ನಮಗೆ ಸ್ವರ್ಗದಂತೆ ಕಾಣುತ್ತಿದ್ದವು, ಆದರೆ ಈಗ ಅವೇ ನರಕದ ಕಿಡಿಗಳಾಗಿ ನನ್ನನ್ನು ಸುಡುತ್ತಿದ್ದವು.ನಾನು ಅವಳ ಫೋನ್ ನಂಬರ್ ಡಯಲ್ ಮಾಡಿದೆ. ಒಂದು ಕಾಲದಲ್ಲಿ ಒಂದು ರಿಂಗ್ ಆಗುವ ಮೊದಲೇ ಎತ್ತುತ್ತಿದ್ದವಳು, ಈಗ ನನ್ನ ನಂಬರ್ ಅನ್ನು 'ಬ್ಲಾಕ್' ಮಾಡಿದ್ದಳು. ಹೌದು, ಅವಳ ಬದುಕಿನಿಂದ ಮಾತ್ರವಲ್ಲ, ಅವಳ ಫೋನ್ನಿಂದಲೂ ನನ್ನ ಅಸ್ತಿತ್ವವನ್ನು ಅಳಿಸಿ ಹಾಕಿದ್ದಳು.

ಭಾವನಾತ್ಮಕ ವಂಚನೆಯ ಅತ್ಯಂತ ನೋವಿನ ಸಂಗತಿ ಎಂದರೆ—'ಉತ್ತರವಿಲ್ಲದ ಪ್ರಶ್ನೆಗಳು'.

* "ನನ್ನ ಪ್ರೀತಿಯಲ್ಲಿ ಅಂತಹ ಕೊರತೆಯೇನಿತ್ತು?"
* "ಅವಳಿಗಾಗಿ ನಾನು ಮಾಡಿದ ತ್ಯಾಗಗಳೆಲ್ಲವೂ ಅವಳಿಗೆ ಕೇವಲ ಕಾಲಕ್ಷೇಪವಾಗಿ ಕಂಡವೇ?"
* "ನನ್ನ ಕಣ್ಣೀರು ಅವಳಿಗೆ ಹಾಸ್ಯವಾಗಿದ್ದು ಹೇಗೆ?"

ರಾತ್ರಿಯಿಡೀ ನಿದ್ದೆಯಿಲ್ಲದೆ ಹೊರಳಾಡುತ್ತಿದ್ದೆ. ಕಣ್ಣು ಮುಚ್ಚಿದರೆ ಅವಳು ಇನ್ನೊಬ್ಬನ ಕೈ ಹಿಡಿದು ನಗುತ್ತಿದ್ದ ದೃಶ್ಯ ಕಾಡುತ್ತಿತ್ತು. ಅವಳು ನನ್ನ ಜೊತೆಗಿದ್ದಾಗ ಮಾಡುತ್ತಿದ್ದ ಆ 'ಅತಿಯಾದ ಕಾಳಜಿ', 'ನಟನೆಯ ಅಳು' ಎಲ್ಲವೂ ಒಂದು ವ್ಯವಸ್ಥಿತ ಸಂಚು ಎಂದು ತಿಳಿದಾಗ ನನ್ನ ಮೇಲೆ ನನಗೇ ಅಸಹ್ಯವಾಯಿತು. ಅವಳು ನನ್ನನ್ನು ಪ್ರೀತಿಸಲೇ ಇಲ್ಲ, ಬದಲಾಗಿ ತನ್ನ ಸುಖದ ಪಯಣಕ್ಕೆ ನನ್ನನ್ನು ಒಂದು **'ಏಣಿ'**ಯನ್ನಾಗಿ ಬಳಸಿಕೊಂಡಿದ್ದಳು. ಏರಿದ ಮೇಲೆ ಆ ಏಣಿಯನ್ನು ಒದ್ದೇ ಬಿಟ್ಟಿದ್ದಳು.

ನನ್ನ ಸ್ನೇಹಿತರು ಬಂದು ಸಮಾಧಾನ ಪಡಿಸಲು ಪ್ರಯತ್ನಿಸಿದರು. "ಬಿಟ್ಟುಬಿಡು ಮಗಾ, ಅವಳು ನಿನಗೆ ಲಾಯಕ್ಕಿಲ್ಲ" ಎಂದರು. ಆದರೆ ಅವರಿಗೆ ಹೇಗೆ ತಿಳಿಸಲಿ? ನಾನು ಪ್ರೀತಿಸಿದ್ದು ಅವಳ ದೇಹವನ್ನಲ್ಲ, ಅವಳಲ್ಲಿ ನಾನು ಕಂಡಿದ್ದ ನನ್ನದೇ ಪ್ರತಿಬಿಂಬವನ್ನು. ಈಗ ಆ ಪ್ರತಿಬಿಂಬವೇ ಮಾಯವಾಗಿತ್ತು, ನನ್ನ ಅಸ್ತಿತ್ವವೇ ಸುಳ್ಳಾಗಿ ಹೋಗಿತ್ತು.ಪ್ರೀತಿ ಕಡಿಮೆ ಆಗುವುದು ಎಂದರೆ ಕೇವಲ ವ್ಯಕ್ತಿ ದೂರವಾಗುವುದಲ್ಲ, ಆ ವ್ಯಕ್ತಿಯ ಮೇಲಿದ್ದ ಗೌರವ ಮಣ್ಣಾಗುವುದು. ಅವಳು ಮಾಡಿದ ದ್ರೋಹಕ್ಕಿಂತಲೂ, ಅವಳು ಅದನ್ನು ಸಮರ್ಥಿಸಿಕೊಂಡ ರೀತಿ ನನ್ನನ್ನು ಹೆಚ್ಚು ನೋಯಿಸಿತ್ತು. ಅವಳು ನನ್ನನ್ನು ಕೇವಲ ಒಬ್ಬ 'ಬಳಸಿ ಎಸೆಯುವ ವಸ್ತು' ಎಂದು ಪರಿಗಣಿಸಿದ್ದು ನನ್ನ ಆತ್ಮಗೌರವಕ್ಕೆ ಬಿದ್ದ ದೊಡ್ಡ ಪೆಟ್ಟು.ಊಟ ಸೇರುತ್ತಿರಲಿಲ್ಲ, ಮಾತು ಬರುತ್ತಿರಲಿಲ್ಲ. ಕನ್ನಡಿಯ ಮುಂದೆ ನಿಂತಾಗ ನನ್ನದೇ ಮುಖ ನನಗೆ ಅಪರಿಚಿತವಾಗಿ ಕಂಡಿತು. ಹೌದು, ಪ್ರೀತಿಯಲ್ಲಿ ಸೋತವನು ಕೇವಲ ಒಬ್ಬ ವ್ಯಕ್ತಿಯನ್ನು ಕಳೆದುಕೊಳ್ಳುವುದಿಲ್ಲ, ತನ್ನನ್ನು ತಾನೇ ಕಳೆದುಕೊಳ್ಳುತ್ತಾನೆ.

8

ಅಧ್ಯಾಯ ೮: ಮುಖವಾಡ ಕಳಚಿದ ಸತ್ಯದ ಮುಖ

ದಿನಗಳು ಕಳೆದವು. ಕಣ್ಣೀರು ಒಣಗಿತ್ತಾದರೂ ಎದೆಯೊಳಗಿನ ಆಳವಾದ ಗಾಯ ಇನ್ನೂ ಹಸಿಯಾಗಿಯೇ ಇತ್ತು. ನಾನು ನನ್ನ ಹಳೆಯ ಡೈರಿಗಳನ್ನು, ಅವಳು ನೀಡಿದ ಸಣ್ಣಪುಟ್ಟ ಉಡುಗೊರೆಗಳನ್ನು ಸುಟ್ಟು ಹಾಕಲು ನಿರ್ಧರಿಸಿದೆ. ಅವಳ ನೆನಪಿನ ಪ್ರತಿ ಎಳೆಯನ್ನೂ ಅಳಿಸಿ ಹಾಕುವುದೇ ನನ್ನ ಬದುಕಿನ ಏಕೈಕ ಗುರಿಯಾಗಿತ್ತು.

ಆದರೆ, ವಿಧಿ ಇನ್ನೂ ಒಂದು ದೊಡ್ಡ ಆಘಾತವನ್ನು ನನಗಾಗಿ ಕಾದಿರಿಸಿತ್ತು.ನನ್ನ ಹಳೆಯ ಗೆಳೆಯನೊಬ್ಬ ಅನಿರೀಕ್ಷಿತವಾಗಿ ಭೇಟಿಯಾದ. ಅವನು ಅವಳ ಹಳೆಯ ಪರಿಚಯಸ್ಥ ಕೂಡ ಹೌದು. ನಮ್ಮಿಬ್ಬರ ಪ್ರೀತಿ ಮುರಿದುಬಿದ್ದ ವಿಷಯ ತಿಳಿದು ಅವನು ನನ್ನನ್ನು ಒಂದು ಕಡೆ ಕರೆದುಕೊಂಡು ಹೋದ. ಅವನ ಫೋನ್ನಲ್ಲಿ ಒಂದು ಹಳೆಯ ಚಾಟ್ ಗ್ರೂಪ್ ತೋರಿಸಿದ.

ಅಲ್ಲಿ ಕಂಡ ವಿಷಯಗಳು ನನ್ನ ಉಸಿರನ್ನೇ ನಿಲ್ಲಿಸುವಂತಿದ್ದವು.

ನಾನು ಯಾರನ್ನು ದೇವತೆಯೆಂದು ನಂಬಿದ್ದೆನೋ, ಅವಳು ತನ್ನ ಆಪ್ತ ಗೆಳತಿಯರ ಜೊತೆ ನನ್ನ ಬಗ್ಗೆ ಮಾಡಿದ್ದ ಚರ್ಚೆಗಳು ಅಲ್ಲಿವೆ. "ಇವನೊಬ್ಬ ಸೌಮ್ಯ ಸ್ವಭಾವದ ಗಿರಾಕಿ. ಸ್ವಲ್ಪ ಅತ್ತರೆ ಸಾಕು, ಏನು ಕೇಳಿದರೂ ಕೊಡಿಸುತ್ತಾನೆ. ಅವನ ಅತಿಯಾದ ಪ್ರೀತಿಯನ್ನು ಬಳಸಿ ನನಗೆ ಬೇಕಾದ ಗ್ಯಾಜೆಟ್ಗಳನ್ನು ಮತ್ತು ಶಾಪಿಂಗ್ ಮಾಡಿಸಿಕೊಳ್ಳುತ್ತಿದ್ದೇನೆ," ಎಂದು ಅವಳು ಬರೆದಿದ್ದಳು.ಅಷ್ಟೇ ಅಲ್ಲ, ನಾವು ಪಾರ್ಕ್ನಲ್ಲಿ ಕಳೆದ ಆ ಆಪ್ತ ಕ್ಷಣಗಳನ್ನು ಕೂಡ ಅವಳು ಹಾಸ್ಯವಾಗಿ ವರ್ಣಿಸಿದ್ದಳು. "ಪಾಪ, ಅವನು ನಾನು ಬಿಟ್ಟು ಹೋಗುತ್ತೇನೆ ಅಂದಾಗ ಮಗುವಿನಂತೆ ಅಳುತ್ತಾನೆ. ಅವನ ಆ ಅಳು ನೋಡಲು ನನಗೆ ತುಂಬಾ ಮಜಾ ಕೊಡುತ್ತದೆ," ಎಂಬ ಅವಳ ಮಾತುಗಳು ನನ್ನ ಮನುಷ್ಯತ್ವವನ್ನೇ ಪ್ರಶ್ನಿಸುವಂತಿದ್ದವು.ನನ್ನ ಪ್ರೀತಿ ಅವಳಿಗೆ ಕೇವಲ ಒಂದು 'ಆರ್ಥಿಕ ಅನುಕೂಲ'

ಮತ್ತು 'ಮನರಂಜನೆ' ಆಗಿತ್ತು. ನಾನು ಅವಳಿಗಾಗಿ ನನ್ನ ಊಟದ ಹಣವನ್ನು ಉಳಿಸಿ ಉಡುಗೊರೆ ಕೊಡಿಸುತ್ತಿದ್ದೆ, ಅವಳ ಫೋನ್ ಬಿಲ್ ಕಟ್ಟುತ್ತಿದ್ದೆ. ಅವಳು ಆ ಪ್ರತಿಯೊಂದು ರೂಪಾಯಿಯನ್ನು ನನ್ನ 'ಮೂರ್ಖತನ'ದ ಸಂಕೇತವೆಂದು ಕರೆದಿದ್ದಳು.

ಭಾವನಾತ್ಮಕ ವಂಚನೆಯ ಈ ಮುಖ ಅತ್ಯಂತ ಅಸಹ್ಯಕರವಾಗಿತ್ತು. ಅವಳು ಕೇವಲ ನನ್ನನ್ನು ಬಿಟ್ಟು ಹೋಗಲಿಲ್ಲ, ಬದಲಾಗಿ ನನ್ನ ಪವಿತ್ರವಾದ ಭಾವನೆಗಳನ್ನು ತನ್ನ ಗೆಳತಿಯರ ಮುಂದೆ ಹರಾಜು ಹಾಕಿದ್ದಳು. ನನ್ನ ಪ್ರತಿಯೊಂದು ನೋವು ಅವಳಿಗೆ ಒಂದು ಜೋಕ್ ಆಗಿತ್ತು.ನಾನು ಅಂದು ರಾತ್ರಿ ಅವಳ ಆ ಹಳೆಯ ಮೆಸೇಜ್ಗಳನ್ನು ಮತ್ತೆ ಓದಿದೆ. "ನೀನೇ ನನ್ನ ಪ್ರಾಣ, ನೀನಿಲ್ಲದೆ ನಾನು ಸಾಯುತ್ತೇನೆ" ಎಂದು ಬರೆದಿದ್ದ ಅದೇ ಬೆರಳುಗಳು, ಇನ್ನೊಂದು ಕಡೆ "ಇವನೊಬ್ಬ ವೇಸ್ಟ್ ಬಾಡಿ" ಎಂದು ಟೈಪ್ ಮಾಡಿದ್ದವು. ಈ ದ್ವಂದ್ವ ವ್ಯಕ್ತಿತ್ವವನ್ನು ಅರ್ಥ ಮಾಡಿಕೊಳ್ಳಲು ನನಗೆ ಸಾಧ್ಯವಾಗಲಿಲ್ಲ.

ಪ್ರೀತಿ ಅನ್ನೋದು ಇಷ್ಟು ಕೀಳಾಗಿ ಇರುತ್ತದೆಯೇ? ಒಬ್ಬ ವ್ಯಕ್ತಿಯ ನಂಬಿಕೆಯನ್ನು ಈ ಮಟ್ಟಕ್ಕೆ ಬಳಸಿಕೊಳ್ಳಲು ಹೇಗೆ ಸಾಧ್ಯ? ನನ್ನ ಹೃದಯದ ಒಳಗೆ ಅಂದು ಒಂದು ದೊಡ್ಡ ಬದಲಾವಣೆಯಾಯಿತು. ಅತಿಯಾದ ಪ್ರೀತಿ ಕರಗಿ ಹೋಗಿ ಅಲ್ಲಿ ಒಂದು ರೀತಿಯ 'ಜಡತ್ವ' ಆವರಿಸಿತು. ಅವಳ ಮೇಲೆ ಈಗ ದ್ವೇಷವೂ ಇರಲಿಲ್ಲ, ಕೇವಲ ಒಂದು ರೀತಿಯ ಅಸಹ್ಯ ಮತ್ತು ಕನಿಕರವಿತ್ತು.ವಂಚನೆ ಕೇವಲ ಒಬ್ಬ ವ್ಯಕ್ತಿ ಮಾಡುವ ತಪ್ಪಲ್ಲ, ಅದು ಇನ್ನೊಬ್ಬ ವ್ಯಕ್ತಿಯ ನಂಬಿಕೆಯನ್ನೇ ಕೊಲೆ ಮಾಡುವ ಕ್ರಿಯೆ. ಅಂದು ಆ ಚಾಟ್ ನೋಡಿದ ಮೇಲೆ ನಾನು ಅಳಲಿಲ್ಲ. ಬದಲಾಗಿ, ನನ್ನೊಳಗೆ ಇದ್ದ ಆ 'ಹಳೆಯ ಮುಗ್ಧ ಪ್ರೇಮಿ' ಸತ್ತು ಹೋಗಿದ್ದ.

9

ಅಧ್ಯಾಯ ೯: ಕಲ್ಲಿನಂತಾದ ಹೃದಯ ಮತ್ತು ಮರುಜನ್ಮ

ಆ ಚಾಟ್ ಸಂದೇಶಗಳನ್ನು ನೋಡಿದ ಮೇಲೆ ನನ್ನ ಕಣ್ಣೀರು ಒಣಗಿ ಹೋಗಿತ್ತು. ಅತಿಯಾದ ನೋವು ಮನುಷ್ಯನನ್ನು ಅಳುವಂತೆ ಮಾಡುತ್ತದೆ, ಆದರೆ ಅತೀವವಾದ ವಂಚನೆ ಮನುಷ್ಯನನ್ನು ಮೌನಿಯನ್ನಾಗಿಸುತ್ತದೆ. ನನ್ನೊಳಗೆ ಇದ್ದ ಆ ಮುಗ್ಧ ಪ್ರೇಮಿ ಅಂದು ರಾತ್ರಿಯೇ ಆತ್ಮಹತ್ಯೆ ಮಾಡಿಕೊಂಡಿದ್ದ. ಈಗ ಉಳಿದಿರುವುದು ಕೇವಲ ಒಬ್ಬ ಬದುಕಿರುವ ಶವ, ಅಷ್ಟೇ.ನಾನು ಕನ್ನಡಿಯ ಮುಂದೆ ನಿಂತು ನನ್ನ ಮುಖವನ್ನು ನಾನೇ ನೋಡಿಕೊಂಡೆ. ಕಣ್ಣುಗಳ ಕೆಳಗೆ ಕಪ್ಪು ವರ್ತುಲಗಳು, ಬಾಡಿದ ಮುಖ... ಇದೆಲ್ಲವೂ ಅವಳು ನೀಡಿದ 'ಉಡುಗೊರೆ'ಗಳಾಗಿದ್ದವು. ನಾನು ನನಗೇ ಒಂದು ಮಾತು ಕೊಟ್ಟೆ: "ಇನ್ನು ಮುಂದೆ ಯಾರೂ ನನ್ನ ಭಾವನೆಗಳ ಜೊತೆ ಚೆಲ್ಲಾಟವಾಡಲು ಬಿಡುವುದಿಲ್ಲ. ನನ್ನ ಪ್ರೀತಿ ಅಗ್ಗದ ವಸ್ತುವಲ್ಲ."

ನನ್ನ ಬದುಕಿನಿಂದ ಅವಳ ನೆನಪುಗಳನ್ನು ಕಿತ್ತೆಸೆಯುವ ಪ್ರಕ್ರಿಯೆ ಶುರುವಾಯಿತು.

* ಅವಳು ಇಷ್ಟಪಡುತ್ತಿದ್ದ ಆ ಹಾಡುಗಳನ್ನು ಡಿಲೀಟ್ ಮಾಡಿದೆ.
* ನಮ್ಮಿಬ್ಬರ ಫೋಟೋಗಳಿದ್ದ ಆ ಗ್ಯಾಲರಿಯನ್ನು ಫಾರ್ಮ್ಯಾಟ್ ಮಾಡಿದೆ.
* ಅವಳು ನೀಡಿದ್ದ ಆ ಸುಗಂಧ ದ್ರವ್ಯದ ಬಾಟಲಿಯನ್ನು ಕಸದ ಬುಟ್ಟಿಗೆ ಎಸೆದೆ.

ಆದರೆ, ಭಾವನಾತ್ಮಕ ವಂಚನೆಯಿಂದ ಹೊರಬರುವುದು ಅಷ್ಟು ಸುಲಭವಲ್ಲ. ಪ್ರತಿ ಬಾರಿ ರಸ್ತೆಯಲ್ಲಿ ಮಲ್ಲಿಗೆಯ ವಾಸನೆ ಬಂದಾಗಲೂ ಅವಳ ನೆನಪು ಚುಚ್ಚುತ್ತಿತ್ತು. ಯಾರಾದರೂ ನಕ್ಕರೆ ಅದು ನನ್ನನ್ನು ನೋಡಿ ಅಣಕಿಸುತ್ತಿರುವಂತೆ ಭಾಸವಾಗುತ್ತಿತ್ತು. ನಂಬಿಕೆ ಎನ್ನುವ ಗಿಡವನ್ನು ಅವಳು ಬೇರು ಸಮೇತ ಕಿತ್ತಿ ಎಸೆದಿದ್ದರಿಂದ, ಹೊಸದಾಗಿ ಯಾರನ್ನಾದರೂ ನಂಬುವುದು ನನಗೆ

ಅಸಾಧ್ಯವಾಗಿತ್ತು.ನನ್ನ ಕೆಲಸದ ಕಡೆಗೆ ಗಮನ ಹರಿಸಲು ಶುರು ಮಾಡಿದೆ. ಹಗಲಿರುಳು ಕಷ್ಟಪಟ್ಟು ಕೆಲಸ ಮಾಡಿದೆ, ಏಕೆಂದರೆ ನನ್ನ ಮನಸ್ಸು ಖಾಲಿ ಇದ್ದರೆ ಮತ್ತೆ ಅವಳ ನೆನಪುಗಳು ನುಗ್ಗಿ ಬರುತ್ತಿದ್ದವು. ಆ ಆಘಾತ ನನ್ನನ್ನು ಒಬ್ಬ **'ಕೆಲಸದ ಯಂತ್ರ'**ವನ್ನಾಗಿ ಮಾಡಿತ್ತು. ಜನರ ಜೊತೆ ಮಾತನಾಡುವುದನ್ನು ಕಡಿಮೆ ಮಾಡಿದೆ. ಪ್ರೀತಿ, ಸ್ನೇಹ, ಸಂಬಂಧ ಇವೆಲ್ಲವೂ ಕೇವಲ ವ್ಯಾಪಾರ ಎಂಬ ಕಟು ಸತ್ಯ ನನ್ನ ಮನಸ್ಸಿನಲ್ಲಿ ಅಚ್ಚೊತ್ತಿತ್ತು.

ನನ್ನ ವ್ಯಕ್ತಿತ್ವದಲ್ಲೂ ಬದಲಾವಣೆ ಕಂಡಿತು. ಮೊದಲೆಲ್ಲಾ ಎಲ್ಲರನ್ನೂ ನಂಬುತ್ತಿದ್ದ ನಾನು, ಈಗ ಪ್ರತಿಯೊಬ್ಬರ ಮಾತಿನಲ್ಲೂ ಸಂಶಯ ಹುಡುಕುತ್ತಿದ್ದೆ. ಯಾರಾದರೂ ನನ್ನ ಮೇಲೆ ಪ್ರೀತಿ ತೋರಿಸಿದರೆ, "ಇವರು ನನ್ನಿಂದ ಏನು ನಿರೀಕ್ಷಿಸುತ್ತಿದ್ದಾರೆ?" ಎಂಬ ಪ್ರಶ್ನೆ ಮೂಡುತ್ತಿತ್ತು. ಇದು ಅವಳು ನನಗೆ ನೀಡಿದ ಅತ್ಯಂತ ದೊಡ್ಡ ಶಾಪ—'ನಂಬಿಕೆಯಿಲ್ಲದ ಬದುಕು'.ಗಾಢವಾಗಿದ್ದ ಪ್ರೇಮ ಈಗ ಬೂದಿಯಾಗಿತ್ತು. ಆ ಬೂದಿಯಿಂದ ನಾನು ಎದ್ದೇಳಲು ಪ್ರಯತ್ನಿಸುತ್ತಿದ್ದೆ. ಆದರೆ ಆಶ್ಚರ್ಯವೇನೆಂದರೆ, ನಾನು ಅವಳನ್ನು ಮರೆಯಲು ಪ್ರಯತ್ನಿಸುತ್ತಿದ್ದಂತೆಯೇ, ಅವಳಿಂದ ಒಂದು ಅನಿರೀಕ್ಷಿತ ಕರೆ ಬಂತು.ಅವಳು ಯಾವ ಹಮ್ಮಿನಿಂದ ನನ್ನನ್ನು ಒದ್ದಿದ್ದಳೋ, ಈಗ ಅದೇ ಧ್ವನಿಯಲ್ಲಿ ಏನೋ ಒಂದು ಅಸಹಾಯಕತೆ ಇತ್ತು. ಆದರೆ ಆ ಧ್ವನಿ ಕೇಳಿದಾಗ ನನ್ನ ಹೃದಯ ಬಡಿಯಲಿಲ್ಲ. ಬದಲಾಗಿ, ಒಂದು ರೀತಿಯ ಅಸಹ್ಯ ಹುಟ್ಟಿತು. ಅವಳ ವಂಚನೆಯ ಎರಡನೇ ಹಂತ ಶುರುವಾಗಲಿದೆಯೇ? ಅಥವಾ ಇದು ವಿಧಿಯ ಇನ್ನೊಂದು ಆಟವೇ?

10

ಅಧ್ಯಾಯ ೧೦: ಹಳೆಯ ಗಾಯ ಮತ್ತು ಹೊಸ ನಾಟಕ

ಅವಳ ಫೋನ್ ನಂಬರ್ ಸ್ಕ್ರೀನ್ ಮೇಲೆ ಮೂಡಿದಾಗ ನನ್ನ ಕೈಗಳು ನಡುಗಲಿಲ್ಲ, ಬದಲಾಗಿ ಅಸಹ್ಯದಿಂದ ಬಿಗಿದವು. ಒಂದು ಕಾಲದಲ್ಲಿ ಈ ನಂಬರ್ನಿಂದ ಒಂದು ಮೆಸೇಜ್ ಬಂದರೆ ಜಗತ್ತನ್ನೇ ಮರೆಯುತ್ತಿದ್ದವನು ನಾನು. ಆದರೆ ಇಂದು, ಅದೇ ನಂಬರ್ ಒಂದು ವಿಷದ ಹಾವಿನಂತೆ ಕಂಡಿತು.

ಫೋನ್ ಎತ್ತಿದೆ. ಮೌನ... ಅತ್ತ ಕಡೆಯಿಂದ ಬಿಕ್ಕಳಿಸುವ ಸದ್ದು. ಅದೇ ಹಳೆಯ ನಾಟಕದ ಆರಂಭದ ಸಂಗೀತದಂತೆ ಕೇಳಿಸಿತು.

"ಹಲೋ..." ಅವಳ ಧ್ವನಿ ನಡುಗುತ್ತಿತ್ತು. "ನನ್ನನ್ನು ಕ್ಷಮಿಸಿಬಿಡು. ಅವನು ನನ್ನನ್ನು ವಂಚಿಸಿದ. ನೀನು ತೋರಿಸಿದ ಪ್ರೀತಿ, ಆ ಗೌರವ ಅವನಲ್ಲಿರಲಿಲ್ಲ. ಅವನು ನನ್ನನ್ನು ಕೇವಲ ಒಂದು ವಸ್ತುವಿನಂತೆ ಬಳಸಿಕೊಂಡ. ಈಗ ನನಗೆ ನಿನ್ನ ಬೆಲೆ ತಿಳಿಯುತ್ತಿದೆ. ಪ್ಲೀಸ್, ನಾವು ಮತ್ತೆ ಮೊದಲಿನಂತೆ ಆಗೋಣವೇ?"ಆ ಮಾತುಗಳನ್ನು ಕೇಳಿದಾಗ ನನಗೆ ನಗು ಬಂತು. ಆದರೆ ಆ ನಗು ನೋವಿನದ್ದಲ್ಲ, ಅಸಹ್ಯದ ನಗು. ಅವಳು ತನ್ನ ಹೊಸ 'ಆಸರೆ' ಕಳೆದುಕೊಂಡ ತಕ್ಷಣ ಮತ್ತೆ ನನ್ನನ್ನು 'ಸೇಫ್ ಜೋನ್' ಆಗಿ ಬಳಸಿಕೊಳ್ಳಲು ಬಂದಿದ್ದಳು. ಅವಳ ಭಾವನಾತ್ಮಕ ವಂಚನೆಯ ಎರಡನೇ ಹಂತ ಇದಾಗಿತ್ತು."ಮೊದಲಿನಂತೆ?" ನಾನು ತಣ್ಣಗೆ ಕೇಳಿದೆ. "ಅದಕ್ಕೆ ಮೊದಲು ಆ ಹಳೆಯ ಚಾಟ್ ಗ್ರೂಪ್ನಲ್ಲಿ ನೀನು ನನ್ನ ಬಗ್ಗೆ ಬರೆದಿದ್ದ ಆ 'ವೇಸ್ಟ್ ಬಾಡಿ' ಮತ್ತು 'ಎಮೋಷನಲ್ ಮೂರ್ಖ' ಅನ್ನೋ ಪದಗಳನ್ನು ನೆನಪಿಸಿಕೊಳ್ಳಬಾರದೇ?"

ಅತ್ತ ಕಡೆ ಸ್ಮಶಾನ ಮೌನ ಆವರಿಸಿತು. ಅವಳು ತನ್ನ ರಹಸ್ಯ ಬಯಲಾಗಿದ್ದನ್ನು ನಿರೀಕ್ಷಿಸಿರಲಿಲ್ಲ."ಅದು... ಅದು ಬರಿ ಗೆಳತಿಯರ ಮುಂದೆ ಸುಮ್ಮನೆ..." ಎಂದು ಅವಳು ತೊದಲಿದಳು."ಸಾಕು ನಿಲ್ಲಿಸು," ನಾನು ಅವಳ ಮಾತನ್ನು ಅರ್ಧಕ್ಕೇ ಕತ್ತರಿಸಿದೆ. "ಪ್ರೀತಿಯಲ್ಲಿ ಒಮ್ಮೆ ಸೋತರೆ ಅದು ವಿಧಿ,

ಆದರೆ ಗೊತ್ತಿದ್ದೂ ಪದೇ ಪದೇ ಸೋಲುವುದು ಮೂರ್ಖತನ. ನೀನು ನನ್ನನ್ನು ಪ್ರೀತಿಸಲೇ ಇಲ್ಲ. ನಿನಗೆ ಬೇಕಾಗಿದ್ದು ನನ್ನ ಹಣ, ನನ್ನ ಸಮಯ ಮತ್ತು ನಾನು ನಿನಗೆ ಕೊಡುತ್ತಿದ್ದ ಆ ಅತಿಯಾದ ಪ್ರಾಮುಖ್ಯತೆ. ಈಗ ನಿನ್ನ ಕೈ ಹಿಡಿದವನು ನಿನಗಿಂತಲೂ ದೊಡ್ಡ ವಂಚಕ ಎಂದು ತಿಳಿದ ತಕ್ಷಣ ನಿನಗೆ ನಾನು ನೆನಪಾದೆನಾ?"

ಅವಳ ಅಳು ಈಗ ಜೋರಾಯಿತು. ಆದರೆ ಆ ಕಣ್ಣೀರು ನನ್ನ ಎದೆಯನ್ನು ಕರಗಿಸಲಿಲ್ಲ. ಬದಲಾಗಿ, ನನ್ನ ಹೃದಯ ಈಗ ಕಲ್ಲಿಗಿಂತಲೂ ಗಟ್ಟಿಯಾಗಿತ್ತು."ನೋಡು, ನಂಬಿಕೆ ಅನ್ನೋದು ಒಡೆದ ಕನ್ನಡಿ ಇದ್ದಂತೆ. ಅದನ್ನು ಎಷ್ಟು ಅಂಟಿಸಿದರೂ ಆ ಬಿರುಕುಗಳು ಹಾಗೆಯೇ ಇರುತ್ತವೆ. ನೀನು ನನ್ನನ್ನು ಕೇವಲ ವಂಚಿಸಲಿಲ್ಲ, ಬದಲಾಗಿ ಪ್ರೀತಿಯ ಮೇಲಿದ್ದ ನನ್ನ ನಂಬಿಕೆಯನ್ನೇ ಕೊಂದಿದ್ದೀಯಾ. ಈಗ ನೀನು ಮರಳಿ ಬಂದರೆ ಅದು ಪ್ರೀತಿಯಲ್ಲ, ಅದು ನಿನ್ನ 'ಅಗತ್ಯ' ಅಷ್ಟೇ."

ನಾನು ಫೋನ್ ಕಟ್ ಮಾಡಿದೆ. ಅವಳ ನಂಬರ್ ಅನ್ನು ಶಾಶ್ವತವಾಗಿ ಬ್ಲಾಕ್ ಮಾಡಿದೆ.ಆ ಕ್ಷಣದಲ್ಲಿ ನನಗೆ ಅನಿಸಿದ್ದು—ಪ್ರೀತಿ ಎಂದರೆ ಕೇವಲ ಜೊತೆಗಿರುವುದಲ್ಲ, ಬದಲಾಗಿ ವಂಚಿಸಿದವರನ್ನು ಅಷ್ಟೇ ನಿರ್ದಾಕ್ಷಿಣ್ಯವಾಗಿ ದೂರ ತಳ್ಳುವುದು ಕೂಡ. ಅವಳು ನೀಡಿದ ಆ 'ಹೇಳದ ಕಾರಣ' ಈಗ ನನಗೆ ಸ್ಪಷ್ಟವಾಗಿತ್ತು. ಅವಳಿಗೆ ಪ್ರೀತಿಯ ಮೌಲ್ಯ ತಿಳಿದಿರಲಿಲ್ಲ, ಕೇವಲ ಬದುಕಿನ ಸೌಲಭ್ಯಗಳ ಮೌಲ್ಯ ತಿಳಿದಿತ್ತು.ಕಿಟಕಿಯ ಹೊರಗೆ ಮಳೆ ಸುರಿಯುತ್ತಿತ್ತು. ಅಂದು ಲೈಬ್ರರಿಯಲ್ಲಿ ಶುರುವಾದ ಆ ಪ್ರೇಮಕತೆ, ಇಂದು ಅದೇ ಮಳೆಯಲ್ಲಿ ಕೊನೆಯುಸಿರೆಳೆದಿತ್ತು. ಆದರೆ ಈ ಬಾರಿ ನನ್ನ ಕಣ್ಣಲ್ಲಿ ನೀರಿರಲಿಲ್ಲ. ಬದಲಾಗಿ, ಒಬ್ಬ ವಂಚಕಿಯಿಂದ ಮುಕ್ತಿ ಸಿಕ್ಕ ಸಂಭ್ರಮವಿತ್ತು.ಗಾಢವಾದ ಪ್ರೇಮ ಹೇಗೆ ವಂಚನೆಯ ಮೂಲಕ ಶೂನ್ಯವಾಗುತ್ತದೆ ಎಂಬ ಕಹಿ ಸತ್ಯದೊಂದಿಗೆ ಈ ಕಾದಂಬರಿಯ ಈ ಅಧ್ಯಾಯ ಮುಕ್ತಾಯವಾಯಿತು.

ಉಪಸಂಹಾರ: ಸುಟ್ಟು ಹೋದ ಕನಸಿನ ಬೂದಿ

ವರ್ಷಗಳು ಉರುಳಿದವು. ಕಾಲ ಎಲ್ಲವನ್ನೂ ಮರೆಸುತ್ತದೆ ಎನ್ನುತ್ತಾರೆ, ಆದರೆ ಕಾಲ ಕೇವಲ ಗಾಯದ ಮೇಲೆ ಕಪ್ಪೆ ಚುಕ್ಕಿಗಳನ್ನು ಮೂಡಿಸುತ್ತದೆಯೇ ಹೊರತು ಒಳಗೆ ಅಡಗಿರುವ ನೋವನ್ನಲ್ಲ. ನಾನು ಇಂದು ಯಶಸ್ವಿ ವ್ಯಕ್ತಿಯಾಗಿರಬಹುದು, ಸಮಾಜದಲ್ಲಿ ಗೌರವವಿರಬಹುದು, ಆದರೆ ನನ್ನ ಎದೆಯ ಒಂದು ಮೂಲೆಯಲ್ಲಿ ಇಂದಿಗೂ ಆ ಲೈಬ್ರರಿಯ ಮೌನ ಮತ್ತು ಅವಳ ಆ ಸುಳ್ಳು ನಗುವಿನ ನೆನಪು ಒಂದು ಕಪ್ಪು ಚುಕ್ಕೆಯಂತೆ ಉಳಿದುಕೊಂಡಿದೆ.ಅವಳು ಅಂದು ದೂರವಾದ ಮೇಲೆ ನಾನು ಮತ್ತೆ ಯಾರನ್ನೂ ಅಷ್ಟೊಂದು ಗಾಢವಾಗಿ ಪ್ರೀತಿಸಲು ಸಾಧ್ಯವಾಗಲೇ ಇಲ್ಲ. ಏಕೆಂದರೆ, ಅವಳು ಕೇವಲ ನನ್ನನ್ನು ವಂಚಿಸಲಿಲ್ಲ; ನನ್ನೊಳಗಿದ್ದ 'ಪ್ರೀತಿಸುವ ಶಕ್ತಿ'ಯನ್ನೇ ಕಸಿದುಕೊಂಡು ಹೋಗಿದ್ದಳು. ಯಾರನ್ನಾದರೂ ನಂಬಬೇಕು ಎಂದುಕೊಂಡಾಗಲೆಲ್ಲಾ ಅವಳು ಆಡಿದ ಆ 'ಭಾವನಾತ್ಮಕ ನಾಟಕ' ಕಣ್ಣೆದುರು ಬಂದು ನಿಲ್ಲುತ್ತದೆ.

ವಂಚನೆ ಎನ್ನುವುದು ಕೇವಲ ಒಂದು ಘಟನೆಯಲ್ಲ, ಅದು ಮನುಷ್ಯನ ಆತ್ಮಕ್ಕೆ ತಗುಲುವ ಪಾರ್ಶ್ವವಾಯು.ಇಂದಿಗೂ ಮಳೆ ಬಂದಾಗ ಅದೇ ಹಳೆಯ ಕೆಫೆಯ ಹತ್ತಿರ ಹೋದರೆ, ಅಲ್ಲಿ ಅವಳು ಕುಳಿತು ಇನ್ನೊಬ್ಬನಿಗೆ ಅದೇ ಸುಳ್ಳು ಭರವಸೆಗಳನ್ನು ನೀಡುತ್ತಿರುವಂತೆ ಭಾಸವಾಗುತ್ತದೆ. ಪ್ರೀತಿ ಗಾಢವಾಗಿದ್ದಾಗ ನಾವು ಕುರುಡರಾಗಿರುತ್ತೇವೆ, ಆದರೆ ಆ ಕಣ್ಣು ತೆರೆಸಲು ವಿಧಿ ಬಳಸುವ ದಾರಿ ತುಂಬಾ ಕ್ರೂರವಾಗಿರುತ್ತದೆ.ನಾನು ಅವಳನ್ನು ಕ್ಷಮಿಸಿದ್ದೇನೆಯೇ? ಗೊತ್ತಿಲ್ಲ. ಆದರೆ ಅವಳನ್ನು ಮರೆತಿದ್ದೇನೆಯೇ? ಖಂಡಿತ ಇಲ್ಲ. ಏಕೆಂದರೆ ಅವಳು ನನಗೆ ಕಲಿಸಿದ ಪಾಠ ಯಾವುದೇ ಪುಸ್ತಕದಲ್ಲಿ ಸಿಗಲಾರದು. "ಅತಿಯಾಗಿ ಪ್ರೀತಿಸುವುದು ವರದಾನವಲ್ಲ, ಅದು ನಿನ್ನನ್ನು ನೀನೇ ನಾಶಪಡಿಸಿಕೊಳ್ಳಲು ನೀನೇ ನೀಡುವ ಪರವಾನಗಿ" ಎಂಬ ಕಹಿ ಸತ್ಯವನ್ನು ಅವಳು ನನ್ನ ರಕ್ತದಲ್ಲಿ ಬರೆದು ಹೋಗಿದ್ದಾಳೆ.ಈ ಕಾದಂಬರಿಯ ಪುಟಗಳನ್ನು ಮುಚ್ಚುವ ಮುನ್ನ ಓದುಗರಿಗೆ ನಾನು ಹೇಳಬಯಸುವ ಒಂದೇ ಮಾತು:

> "ಪ್ರೀತಿಸಿ, ಆದರೆ ನಿಮ್ಮ ಅಸ್ತಿತ್ವವನ್ನೇ ಅಡವಿಟ್ಟು ಪ್ರೀತಿಸಬೇಡಿ. ಏಕೆಂದರೆ ಯಾರನ್ನು ನೀವು ನಿಮ್ಮ 'ಜಗತ್ತು' ಎಂದು ನಂಬುತ್ತೀರೋ, ಅವರು ನಿಮ್ಮ ಜಗತ್ತನ್ನೇ ಸ್ಮಶಾನ ಮಾಡಲು ಕೇವಲ ಒಂದು 'ಹೇಳದ ಕಾರಣ' ಹುಡುಕುತ್ತಿರುತ್ತಾರೆ."

> ಅಂದು ಲೈಬ್ರರಿಯ ಕಿಟಕಿಯಿಂದ ಬಂದ ಆ ಮಳೈಹನಿಗಳು ಇಂದು ನನ್ನ ಕಣ್ಣೀರಿನಲ್ಲಿ ಮರೆಯಾಗಿವೆ. ಅವಳು ಕೊಟ್ಟ ಆ 'ಭಾವನಾತ್ಮಕ ವಂಚನೆ'ಯ ಗಾಯ ಮಾಯದಿದ್ದರೂ, ಆ ನೋವಿನಲ್ಲೇ ಬದುಕುವುದನ್ನು ನಾನು ಕಲಿತಿದ್ದೇನೆ.

'ಹೇಳದ ಕಾರಣ' ಕೇವಲ ಒಂದು ಶೀರ್ಷಿಕೆಯಲ್ಲ, ಅದು ನಂಬಿ ಕೆಟ್ಟ ಸಾವಿರಾರು ಹೃದಯಗಳ ಮೂಕ ರೋದನೆ.

"ಹೆಸರಿಲ್ಲದ ಈ ಪ್ರೇಮಕಥೆಯಲ್ಲಿ ನಿಮ್ಮದೇ ನೋವು ಅಡಗಿರಬಹುದು"

ಶರಣಕುಮಾರ ಸೋಲಾಪುರ

ಲೇಖಕರ ಪರಿಚಯ

ಶರಣಕುಮಾರ ಸೋಲಾಪುರ

ಕನ್ನಡ ಸಾಹಿತ್ಯ ಮತ್ತು ಸಮಾಜ ಸೇವೆಯಲ್ಲಿ ಸಕ್ರಿಯವಾಗಿ ತೊಡಗಿಸಿಕೊಂಡಿರುವ ಶರಣಕುಮಾರ ಸೋಲಾಪುರ ಅವರು ಮೂಲತಃ ಯಾದಗಿರಿ ಜಿಲ್ಲೆಯ ಸುರಪುರ ತಾಲ್ಲೂಕಿನ ಕಕ್ಕೇರಾ ಪಟ್ಟಣದವರು. ರಾಜಕೀಯ ಶಾಸ್ತ್ರದಲ್ಲಿ ಸ್ನಾತಕೋತ್ತರ ಪದವಿ (M.A. Political Science) ಪಡೆದಿರುವ ಇವರು, ಆಳವಾದ ರಾಜಕೀಯ ಜ್ಞಾನದೊಂದಿಗೆ ಸಾಹಿತ್ಯದ ಮೇಲಿನ ಅಪಾರ ಪ್ರೀತಿಯನ್ನು ಹೊಂದಿದ್ದಾರೆ.

ಕೇವಲ ಅಕ್ಷರ ಲೋಕಕ್ಕೆ ಸೀಮಿತವಾಗದ ಇವರು, ಕಕ್ಕೇರಾ ಪುರಸಭೆಯ ಸದಸ್ಯರಾಗಿ ಸಾರ್ವಜನಿಕ ಸೇವೆಯಲ್ಲೂ ತೊಡಗಿಸಿಕೊಂಡು ಜನರ ಕಷ್ಟ ಸುಖಗಳಿಗೆ ಸ್ಪಂದಿಸಿದವರು. ರಾಜಕೀಯದ ಜವಾಬ್ದಾರಿ ಮತ್ತು ಸಾಹಿತ್ಯದ ಸೃಜನಶೀಲತೆಯನ್ನು ತಮ್ಮ ಬದುಕಿನ ಎರಡು ಕಣ್ಣುಗಳಂತೆ

ಅಳವಡಿಸಿಕೊಂಡಿದ್ದಾರೆ. ಸಮಾಜದ ಅಂಕುಡೊಂಕುಗಳನ್ನು ಮತ್ತು ಮಾನವ ಸಂಬಂಧಗಳ ಸೂಕ್ಷ್ಮತೆಯನ್ನು ಇವರು ತಮ್ಮ ಲೇಖನಿಯ ಮೂಲಕ ಕಟ್ಟಿಕೊಡುತ್ತಾರೆ.

ತಮ್ಮ ಕಾದಂಬರಿ 'ಹೇಳದ ಕಾರಣ' ಮೂಲಕ ಪ್ರೀತಿ, ನಂಬಿಕೆ ಮತ್ತು ಭಾವನಾತ್ಮಕ ಸತ್ಯಗಳನ್ನು ಓದುಗರ ಮುಂದೆ ತೆರೆದಿಟ್ಟಿದ್ದಾರೆ. ಸಾರ್ವಜನಿಕ ಸೇವೆ ಮತ್ತು ಸಾಹಿತ್ಯ ಕೃಷಿ ಎರಡನ್ನೂ ಸಮತೋಲನದಿಂದ ಮುನ್ನಡೆಸುತ್ತಿರುವ ಶರಣಕುಮಾರ ಅವರು, ಭವಿಷ್ಯದಲ್ಲಿ ಇನ್ನೂ ಹೆಚ್ಚಿನ ಅರ್ಥಪೂರ್ಣ ಕೃತಿಗಳನ್ನು ನೀಡುವ ಹಂಬಲ ಹೊಂದಿದ್ದಾರೆ.

ಸಂಪರ್ಕಿಸಿ:

* ಸ್ಥಳ: ಕಕ್ಕೇರಾ ಪಟ್ಟಣ, ಸುರಪುರ ತಾಲ್ಲೂಕು.

* ಇಮೇಲ್: sksolapur92gmail.com

www.ingramcontent.com/pod-product-compliance
Lightning Source LLC
LaVergne TN
LVHW090336210926
848480LV00004B/1435